ALLT ANNAÐAR MAÐRABÓKIN

Gerðu máltíðarskipulagningu að ró sinni með 100 auðveldum og næringarríkum uppskriftum fyrir uppteknar mæður og fjölskyldur þeirra

Ingigerður Jónsdóttir

EFNISYFIRLIT

AÐALRÉTTUR 92

SALÖT OG MEÐBÆR 193

EFTIRLITIR 232

NIÐURSTAÐA 245

KYNNING

Margar önnum kafnar mömmur óttast þá áskorun að fá dýrindis og holla heimalagaða máltíð á borðið. Þessi bók hefur frábært úrval fyrir fljótlegar og seðjandi máltíðir og inniheldur morgunverðaruppáhald, allt frá pönnukökum til heimsins bestu muffins og auðveldum en seðjandi kvöldverði eins og Saffran Chicken.

The Allt annaðar maðrabókin er fullkominn leiðarvísir fyrir mömmur sem vilja útbúa bragðgóðar og hollar máltíðir fyrir fjölskyldur sínar, án þess að eyða tíma í eldhúsinu. Þessi matreiðslubók inniheldur 100 uppskriftir sem auðvelt er að fylgja eftir, hver með sinni litríku mynd, sem gerir máltíðarskipulagningu létt. Frá morgunmat til kvöldmatar, og allt þar á milli, þessi matreiðslubók inniheldur uppskriftir sem eru bæði næringarríkar og ljúffengar. Með valkostum fyrir allar mataræðisþarfir finnurðu uppskriftir að glútenlausum, grænmetisæta og vegan máltíðum, auk fjölskylduvænna uppáhalds eins og mac og ost og kjúklinga-fajitas. Hver uppskrift inniheldur ítarlegan lista yfir innihaldsefni, skýrar leiðbeiningar og áætlaðan undirbúnings- og eldunartíma, svo þú getur auðveldlega skipulagt máltíðirnar þínar í samræmi við annasama dagskrá.

Þessi allt Allt annaðar maðrabókin hefur stjörnugæða matreiðsluþekkingu fyrir sérstakar þarfir upptekinna foreldra. Verði þér að góðu!

Morgunmatur

1. Hör tortillur

Gerir 5

HRÁEFNI:

- 1 bolli gyllt hörfræmjöl
- 2 matskeiðar Chia fræ
- 2 tsk ólífuolía
- ½ tsk karrýduft
- 1 bolli síað vatn
- 1 tsk kókosmjöl

LEIÐBEININGAR:

Blandið öllum þurrefnunum vandlega saman í stóra blöndunarskálnema kókosmjölið og helmingur ólífuolíunnar.

a)   Blandið vandlega þar til blandan myndar fasta kúlu.

b)   Stráið kókosmjöli yfir deigið og teygið úr deiginu með kökukefli.

c)   Klipptu út tortilluna þína með breiðu kringlóttu verkfæri.

d)   Hitið 1 tsk ólífuolíu á pönnu við meðalháan hita. Þegar olían er orðin heit, bætið tortillunni út í og steikið þar til æskilegri brúnni er náð.

2. Hnetusmjörspönnukökur

Gerir 6

HRÁEFNI:

- 1 ¼ bolli allsherjarmjöl
- 3 matskeiðar hvítur kornsykur
- 1 msk lyftiduft
- ¼ teskeiðar Salt
- 1 bolli sojamjólk
- 1 hör egg
- ¼ bolli hnetusmjör
- ⅔ bolli súkkulaðibitar
- Kókosolía, til steikingar

LEIÐBEININGAR:

a)   Sigtið hveitið í blöndunarskál og bætið sykrinum, lyftidufti og salti saman við.

b)   Bætið saman við og þeytið saman sojamjólkina, höreggið og hnetusmjörið til að sameina.

c)   Blandið síðast súkkulaðibitunum saman við.

d)   Eldið fjórðung bolla af deigi á pönnu með smá kókosolíu.

e)   Eldið hverja pönnuköku í um það bil 3 mínútur á báðum hliðum, eða þar til hún er gullinbrún.

3. Trönuberjapönnukökur með sírópi

Gerir 4 til 6 skammta

HRÁEFNI:

- 1 bolli sjóðandi vatn
- ½ bolli sykruð þurrkuð trönuber
- ½ bolli hlynsíróp
- ¼ bolli ferskur appelsínusafi
- ¼ bolli saxuð appelsína
- 1 matskeið smjörlíki
- 1½ bolli alhliða hveiti
- 1 matskeið sykur
- 1 matskeið lyftiduft
- ½ tsk salt
- 1 ½ bolli sojamjólk
- ¼ bolli mjúkt silkitófú, tæmt
- 1 matskeið canola eða vínberjaolía, auk meira til að steikja

LEIÐBEININGAR:

a)   Forhitið ofninn í 225 gráður á Fahrenheit.

b)   Hellið sjóðandi vatninu yfir trönuberin í hitaþéttri skál og setjið til hliðar í 10 mínútur til að mýkjast. Tæmdu vatnið vandlega og láttu það liggja til hliðar.

c)   Blandið hlynsírópinu, appelsínusafanum, appelsínunni og smjörlíkinu saman í litlum potti og eldið við lágan hita, hrærið stöðugt í til að bræða smjörlíkið.

d)   Hrærið saman hveiti, sykri, lyftidufti og salti í stórri blöndunarskál.

e)   Blandið sojamjólkinni, tofu og olíu saman í matvinnsluvél eða blandara þar til það er slétt.

Blandið blautu hráefnunum saman við þurrefnin með nokkrum hröðum strokum. Brjótið saman trönuberjunum sem hafa mýkst.

f)   Hitið þunnt lag af olíu á pönnu eða stórri pönnu við meðalháan hita. Hella skal ¼ bolla til ⅓ bolla af deiginu á heita pönnu.

g)   Eldið í 2 til 3 mínútur, eða þar til litlar loftbólur koma upp á yfirborðið.

h)   Eldið þar til önnur hlið pönnukökunnar er brún, um það bil 2 mínútur í viðbót.

i)   Setjið steiktar pönnukökur á hitaþolið fat og haldið heitum í ofninum á meðan þið klárið restina af lotunni. Berið fram með appelsínu-hlynsírópi til hliðar.

4. Appelsínugult graskerspönnukökur

Gerir 4

HRÁEFNI:
- 10 g malað hörmjöl
- 45 ml vatn
- 235 ml ósykrað sojamjólk
- 15 ml sítrónusafi
- 60 g bókhveiti
- 60 g alhliða hveiti
- 8 g lyftiduft, állaust
- 2 tsk fínt rifinn appelsínubörkur
- 25 g hvít chiafræ
- 120 g lífrænt graskersmauk
- 30 ml brædd og kæld kókosolía
- 5 ml vanillumauk
- 30 ml hreint hlynsíróp

LEIÐBEININGAR:

a)   Í lítilli skál, blandaðu saman malað hörmjöl og vatni. Setja til hliðar.

b)   Blandið saman möndlumjólk og eplaediki í meðalstóran blöndunarrétt. Setjið til hliðar í fimm mínútur.

c)   Sameina bókhveiti, alhliða hveiti, lyftiduft, appelsínubörkur og chiafræ í sérstakri stórri blöndunarskál.

d)   Bætið möndlumjólk, graskersmauki, kókosolíu, vanillu og hlynsírópi út í blönduna.

e)   Blandið öllu saman þar til það myndast slétt deig.

f)   Bræðið smjörið á miðlungsháum hita í stórri non-stick pönnu. Penslið lítið magn af kókosolíu í pönnuna.

g)   Hellið 60 ml af deigi í pönnu. Eldið í 1 mínútu, eða þar til loftbólur myndast á yfirborði pönnukökunnar.

h)   Notaðu spaða til að lyfta og snúa pönnukökunni varlega.

i)   Eldið í 1 ½ mínútu í viðbót.

5. Jarðarberja hlynskonur

HRÁEFNI:

- 2 bollar haframjöl.
- ⅓ bolli möndlumjólk.
- 1 bolli af jarðarberjum.
- Handfylli af þurrkuðum rifsberjum.
- 5 matskeiðar kókosolía.
- 5 matskeiðar af hlynsírópi.
- 1 matskeið lyftiduft.
- 1 ½ tsk vanilluþykkni.
- 1 tsk kanill.
- ½ tsk kardimommur (má sleppa).
- Stráið salti yfir.

LEIÐBEININGAR:

a)   Bætið kókosolíu út í haframjölið og blandið með gaffli þar til mylsnandi deig myndast.

Bætið jarðarberjabitunum og rifsberjunum út í um leið og það er kólnað og blandið síðan öllu blautu hráefninu rólega saman við.

b)   Myndið hring úr deiginu á bökunarplötu sem er húðuð með bökunarpappír - hún á að vera um það bil 1 tommu þykk.

c)   Bakið í 15-17 mínútur eftir að hafa skorið í átta þríhyrningslaga bita.

d)   Berið fram með sultu, hunangi eða hnetusmjöri fyrir sérstakt meðlæti!

6. Spínat tófú hrært

Gerir 1

HRÁEFNI:
SÝRÐUR RJÓMI:
- 75 g hráar kasjúhnetur, lagðar í bleyti yfir nótt
- 30 ml sítrónusafi
- 5 g næringarger
- 60 ml vatn 1 góð klípa salt

TOFU SCRABLE:
- 15 ml ólífuolía
- 1 lítill laukur, skorinn í teninga
- 1 hvítlauksgeiri, saxaður
- 400 þétt tófú, pressað, mulið
- ½ tsk malað kúmen
- ½ tsk karrýduft
- ½ tsk túrmerik
- 2 tómatar, skornir í bita
- 30 g barnaspínat
- Salt, eftir smekk

LEIÐBEININGAR:
a)   Blandið saman kasjúhnetum, sítrónusafa, næringargeri, vatni og salti í matvinnsluvél.

b)   Blandið á háu í 5-6 mínútur, eða þar til slétt og sett til hliðar.

c)   Hitið ólífuolíuna á pönnu fyrir tófúið.

d)   Hellið lauknum út í og eldið í 5 mínútur við meðalháan hita.

e)   Bætið hvítlauknum út í og látið malla í 1 mínútu, hrærið stöðugt í.

f)   Hrærið mulnu tófúinu saman við til að hjúpa það með olíunni.

g)   Bætið kúmeninu, karrýinu og túrmerikinu út í.

h)   Bætið tómötum út í og eldið í 2 mínútur.

i)   Bætið spínatinu út í og eldið, hrærið stöðugt, í 1 mínútu, eða þar til það er alveg visnað. Setjið tófúspænið á fat.

j)   Berið fram með klút af sýrðum rjóma ofan á.

7. Amaranth quinoa grautur

Gerir 1

HRÁEFNI:
- 85 g kínóa
- 70 g amaranth.
- 460 ml vatn
- 115 ml ósykrað sojamjólk
- ½ tsk vanillumauk
- 15 g möndlusmjör
- 30 ml hreint hlynsíróp
- 10 g hrá graskersfræ
- 10 g granatepli fræ

LEIÐBEININGAR:
a) Blandið kínóa, amaranth og vatni saman í blöndunarskál.
b) Látið suðu koma upp við meðalháan hita.
c) Lækkið hitann í lágan og eldið kornið í 20 mínútur, hrærið reglulega í. Bætið við mjólkinni og hlynsírópinu.
d) Eldið í 6-7 mínútur við lágan hita. Takið af hellunni og blandið möndlusmjörinu og vanilluþykkni saman við.
e) Skreytið með granateplafræjum og graskersfræjum.

8. Miso ramen

HRÁEFNI:

- 5 matskeiðar miso paste.
- 2 matskeiðar sojasósa.
- 2 ½ cm stykki af engifer, rifið.
- 12 shiitake sveppir.
- 225 g reykt tófú, skorið í 4 bita.
- 2 matskeiðar fljótandi amínó eða tamari.
- 250 g soba núðlur.
- 16 eyru barnakorn.
- 1 matskeið jurtaolía.
- 8 börn pak choi.
- 200 g tilbúnir baunaspírur.
- 2 rauð chili, fínt skorinn á horn.
- 2 vorlaukar, varlega skornir á horn.
- 4 matskeiðar stökkt þang.
- 2 matskeiðar svört sesamfræ.
- 1 matskeið sesamolía, til að klára.

LEIÐBEININGAR:

a)   Setjið misó, 1,5 lítra af vatni, sojasósu, engifer og shiitake á stóra pönnu. Hrærið til að blanda misóinu saman við og látið sjóða mjög rólega. Haltu áfram að malla í 5 mínútur.

b)   Á meðan skaltu setja reykta tófúið í grunnri skál og hella fljótandi amínóinu yfir. Snúið tófúbitunum við til að ganga úr skugga um að þeir séu vel bleytir á báðum hliðum.

c)   Látið suðu koma upp á pönnu með söltu vatni. Bætið soba núðlunum út í, látið suðuna koma aftur upp og eldið þar til þær eru aðeins mjúkar, um það bil 5 mínútur.

d)   Bætið barnamaísnum við misósoðið og eldið í 4 mínútur í viðbót.

e)   Hitið olíuna á eldfastri pönnu við háan hita. Setjið tófúið varlega á pönnuna og steikið í 2-3 mínútur á hvorri hlið þar til það er brúnt.

f)   Um leið og núðlurnar eru soðnar, tæmdu þær í sigti og skolaðu undir köldu vatni og skiptu síðan á milli 4 skála. Setjið pak choi í miso-soðið og losaðu þig við af hitanum.

9. Tofu burrito

HRÁEFNI:

- 1 12 aura búnt þétt eða sérstaklega þétt tófú.
- 1 tsk olía (eða 1 matskeið (15 ml) vatn).
- 3 hvítlauksrif (hakkað).
- 1 msk hummus (keypt í búð eða DIY).
- ½ tsk chili duft.
- ½ tsk kúmen.
- 1 tsk matarger.
- ¼ tsk sjávarsalt.
- 1 klípa cayenne pipar.
- ¼ bolli hakkað steinselja.
- Grænmeti:

LEIÐBEININGAR:

a) Hitið ofninn í 400°F (204°C) og klæddu bökunarplötu með bökunarpappír.

b) Bætið kartöflum og rauðri papriku á bökunarplötuna, dreypið olíu (eða vatni) og kryddi yfir og blandið saman. Bakið í 15-22 mínútur eða þar til gaffalinn er mjúkur og aðeins brúnaður. Látið kálið fylgja með á síðustu 5 mínútunum.

c) Í millitíðinni skaltu hita stóra pönnu yfir meðalhita. Um leið og það er heitt skaltu setja olíu (eða vatn), hvítlauk og tófú inn í og steikja í 7-10 mínútur, hrærið oft, til að brúnast aðeins.

d) Í millitíðinni skaltu setja hummus, chiliduft, kúmen, næringarger, salt og cayenne (valfrjálst) í litla blöndunarskál. Haltu áfram að bæta við vatni þar til það myndast hella sósu. Bætið kryddblöndunni við tófúið og haltu áfram að elda við meðalhita þar til það er aðeins brúnt - 3-5 mínútur.

e) Láttu rausnarlega skammta af ristuðu grænmetinu fylgja með, spæna tófú, avókadó, kóríander og smá salsa. Haldið áfram þar til allt skreytið er uppurið – um 3-4 stórar burritos.

10.   Vegan próteinbar

HRÁEFNI:

- ⅓ bolli amaranth
- 3 matskeiðar próteinduft
- 2 matskeiðar hlynsíróp
- 1 bolli rjómasaltað hnetusmjör eða möndlusmjör
- 2-3 matskeiðar brætt dökkt súkkulaði

LEIÐBEININGAR:

a)   Hitið stóran pott yfir meðalháum hita. Bætið við um 2-3 matskeiðum amaranth í einu og hyljið strax.

b)   Bætið hnetusmjöri eða möndlusmjöri og hlynsírópi í meðalstóra blöndunarskál og hrærið til að blandast saman. Bætið svo próteindufti út í og hrærið.

c)   Settu poppað amaranth með smá í einu þar til þú hefur lausa "deig" áferð. Hrærið með tréskeið eða notaðu hendur til að dreifa blöndunni jafnt.

d)   Færið blönduna yfir í bökunarmjölið og þrýstið niður til að mynda jafnt lag. Leggðu smjörpappír eða plastfilmu ofan á og notaðu flatbotna hlut eins og vökvamælibolla til að ýta niður og pakka blöndunni í jafnt, þétt pakkað lag.

e)   Sett í frysti til að stífna í 10-15 mínútur eða þar til það er stíft viðkomu. Lyftu út og skerðu það í níu stangir.

11. Appelsínugult graskerspönnukökur

HRÁEFNI:

- 10 g malað hörmjöl
- 45 ml vatn
- 235 ml ósykrað sojamjólk
- 15 ml sítrónusafi
- 60 g bókhveiti
- 60 g alhliða hveiti
- 8 g lyftiduft, állaust
- 2 tsk fínt rifinn appelsínubörkur
- 25 g hvít chiafræ
- 120 g lífrænt graskersmauk
- 30 ml brædd og kæld kókosolía
- 5 ml vanillumauk
- 30 ml hreint hlynsíróp

LEIÐBEININGAR:

a) Blandið möluðu hörmjöli saman við vatn í lítilli skál. Setjið til hliðar í 10 mínútur. Blandið saman möndlumjólk og eplasafi edik í meðalstórri skál. Setjið til hliðar í 5 mínútur.

b) Í sérstakri stórri skál skaltu sameina bókhveiti, alhliða hveiti, lyftiduft, appelsínubörkur og chia fræ.

c) Hellið möndlumjólk út í ásamt graskersmauki, kókosolíu, vanillu og hlynsírópi.

d) Þeytið saman þar til þú hefur slétt deig.

e) Hitið stóra non-stick pönnu yfir meðalháum hita. Penslið pönnuna varlega með smá kókosolíu.

f) Hellið 60 ml af deigi í pönnu. Eldið pönnukökuna í 1 mínútu, eða þar til loftbólur birtast á yfirborðinu.

g) Lyftið pönnukökunni varlega með spaða og snúið við.

h) Eldið 1 ½ mínútu í viðbót. Renndu pönnukökunni á disk. Endurtaktu með afganginum af deiginu.

12. Sætar kartöflur og ávextir

HRÁEFNI:
- 1 sæt kartöfluálegg.
- 60 g lífrænt hnetusmjör.
- 30ml hreint hlynsíróp.
- 4 þurrkaðar apríkósur, sneiddar.
- 30 g fersk hindber.

LEIÐBEININGAR:
a) Flysjið og skerið sætar kartöflur í ½ cm þykkar sneiðar.
b) Settu kartöflusneiðarnar í brauðrist á háum hita í 5 mínútur. Ristaðu sætu kartöflurnar þínar TVISVAR.
c) Raðið sætum kartöflusneiðum á disk.
d) Dreifið hnetusmjörinu yfir sætar kartöflusneiðar.
e) Dreypið hlynsírópinu yfir smjörið. Toppið hverja sneið með jöfnu magni af sneiðum apríkósum og hindberjum. Berið fram.

13. Graskerasúrdeigspönnukökur

Svampur yfir nótt:

- ¼ bolli glútenlaus súrdeigsforréttur.
- ¼ bolli graskersmauk.
- ½ bolli kjúklingabaunamjöl (eða annað glútenlaust hveiti).
- ½ bolli möndlumjólk.
- 1-2 matskeiðar hlynsíróp.

Á morgnana:

- 1 höregg (1 msk möluð hörfræ + 3 msk vatn).
- 1 tsk graskerskrydd.
- 1 tsk kanill.
- ½ tsk túrmerik.
- ¼ bolli hrár kakónibs (eða súkkulaðiflögur sem ekki eru dagbók).
- Handfylli af sneiðum pekanhnetum (valfrjálst þó mjög ráðlagt!).
- ½ tsk matarsódi.
- 1 tsk lyftiduft.

LEIÐBEININGAR:

Kvöldið áður en þú gerir pönnukökurnar skaltu setja svampinn yfir nóttina**HRÁEFNI:**í óvirka skál. Blandið vel saman, setjið plastfilmu yfir og látið standa yfir nótt.

Á morgnana, áður en þú gerir pönnukökurnar, skaltu bæta öllu hinu hráefninu (annað en lyftidufti og matarsóda) í svampinn yfir nóttina. Hrærið vel saman.

a) Hitið non-stick pönnu yfir miðlungshita.

b) Bætið matarsóda og lyftidufti út í deigið og hrærið því varlega saman við.

c) Setjið ¼ bolla af deiginu á pönnuna fyrir hverja pönnuköku og steikið þar til þú sérð loftbólur myndast á yfirborðinu á pönnukökunum og brúnirnar þorna.

14.   Jarðarberja hlynskonur

HRÁEFNI:

- 2 bollar haframjöl.
- ⅓ bolli möndlumjólk.
- 1 bolli af jarðarberjum.
- Handfylli af þurrkuðum rifsberjum.
- 5 matskeiðar kókosolía.
- 5 matskeiðar af hlynsírópi.
- 1 matskeið lyftiduft.
- 1 ½ tsk vanilluþykkni.
- 1 tsk kanill.

LEIÐBEININGAR:

Látið kókosolíuna fylgja með og með sætabrauðsskera eða gaffli, skerið og blandið kókosolíunni út í haframjölblönduna þar til mylsnandi deig myndast. Um leið og það er orðið kalt skaltu bæta við jarðarberjabitunum, rifsberjum og blautu hráefnunum.

a) Blandið þurru og blautu hlutunum hægt saman þar til það er blandað saman - hafðu í huga að blanda ekki of mikið saman.

b) Myndið hring úr deiginu á bökunarplötu klæddri bökunarpappír - það verður að hafa að gera með 1 tommu þykkt. Skerið í átta þríhyrningslaga bita og bakið í 15-17 mínútur. Skemmtu þér með sultu, skvettu af hunangi eða hnetusmjöri!

15. Spínat tófú hrært

Sýrður rjómi:
- 75 g hráar kasjúhnetur, lagðar í bleyti yfir nótt,
- 30 ml sítrónusafi,
- 5 g næringarger,
- 60 ml vatn 1 góð klípa salt,

Tofu scramble:
- 15 ml ólífuolía.
- 1 lítill laukur, skorinn í teninga.
- 1 hvítlauksgeiri, saxaður.
- 400 þétt tófú, pressað, mulið.
- ½ tsk malað kúmen.
- ½ tsk karrýduft.
- ½ tsk túrmerik.
- 2 tómatar, skornir í bita.
- 30 g barnaspínat
- Salt, eftir smekk.

LEIÐBEININGAR:

a)   Búðu til cashew sýrða rjómann; skola og skola bleyti kasjúhnetur.

b)   Setjið kasjúhneturnar, sítrónusafann, næringargerið, vatnið og saltið í matvinnsluvél.

c)   Blandið á háu þar til slétt, í 5-6 mínútur.

d)   Færið í skál og setjið til hliðar. Gerðu tófúið hrært; hitið ólífuolíu á pönnu.

e)   Bætið lauknum út í og eldið í 5 mínútur yfir miðlungs hátt.

f)   Bætið hvítlauk út í og eldið hrært í, í 1 mínútu.

g)   Bætið mulnu tófúinu út í og hrærið til að hjúpa með olíu.

h)   Bætið kúmeninu, karrýinu og túrmerikinu út í. Eldið tófúið í 2 mínútur.

i)   Bætið tómötunum út í og eldið í 2 mínútur.

j)   Bætið spínati út í og eldið, hrærið þar til það er alveg visnað, um 1 mínútu. Flyttu tofu scramble á diskinn.

k)   Toppið með sýrðum rjóma og berið fram.

16. Chia hafrar yfir nótt

HRÁEFNI:

- 470 ml fullfeiti sojamjólk.
- 90 g gamaldags rúllaðir hafrar.
- 40 g chiafræ.
- 15 ml hreint hlynsíróp.
- 25 g muldar pistasíuhnetur.
- Brómberjasulta

LEIÐBEININGAR:

a)   Gerðu hafrana; blandaðu saman sojamjólk, höfrum, chiafræjum og hlynsírópi í stóra skál.

b)   Lokið og kælið yfir nótt.

c)   Gerðu sultuna; blandið brómber, hlynsírópi og vatni saman í pott. Látið malla við meðalhita í 10 mínútur.

d)   Bætið chiafræjunum út í og látið brómberin malla í 10 mínútur.

e)   Takið af hitanum og hrærið sítrónusafa út í. Maukið brómberin með gaffli og setjið til hliðar til að kólna.

f)   Setja saman; skiptið haframjölinu á fjórar skálar.

g)   Toppið með hverri skál brómberjasultu.

h)   Stráið pistasíuhnetum yfir áður en þær eru bornar fram.

17. Amaranth quinoa grautur

HRÁEFNI:

- 85 g kínóa.
- 70 g amaranth.
- 460 ml vatn.
- 115 ml ósykrað sojamjólk.
- ½ tsk vanillumauk.
- 15 g möndlusmjör.
- 30 ml hreint hlynsíróp.
- 10 g hrá graskersfræ.
- 10 g granatepli fræ.

LEIÐBEININGAR:

a) Blandið saman kínóa, amaranth og vatni.

b) Látið suðu koma upp við meðalháan hita.

c) Lækkið hitann og látið malla kornið, hrærið af og til, í 20 mínútur. Hrærið mjólk og hlynsírópi út í.

d) Látið malla í 6-7 mínútur. Takið af hellunni og hrærið vanillu og möndlusmjöri saman við.

e) Látið blönduna standa í 5 mínútur.

f) Skiptið grautnum á milli tveggja skála.

g) Toppið með graskersfræjum og granateplafræjum.

18. <u>Kakó linsubaunamuffins</u>

HRÁEFNI:

- 195 g soðnar rauðar linsubaunir.
- 50 ml brædd kókosolía.
- 45 ml hreint hlynsíróp.
- 60 ml ósykrað möndlumjólk.
- 60 ml vatn.
- 60 g hrátt kakóduft.
- 120 g heilhveiti.
- 20 g hnetumjöl.
- 10 g lyftiduft
- 70 g súkkulaðibitar.

LEIÐBEININGAR:

a)   Forhitið ofninn í 200°C/400°F.

b)   Setjið soðnu rauðu linsurnar í matarblöndunartæki. Blandið á háu þar til slétt. Flyttu linsubaunamaukið í stóra skál. Hrærið kókosolíu, hlynsírópi, möndlumjólk og vatni saman við.

c)   Þeytið kakóduft, heilhveiti, hnetumjöl og lyftiduft í sérstakri skál.

Brjótið vökva saman við**HRÁEFNI:**og hrærið þar til það hefur blandast saman.

d)   Bætið súkkulaðibitum út í og hrærið þar til það hefur verið blandað saman.

e)   Skiptið deiginu í 12 pappírsform.

f)   Bakið muffins í 15 mínútur.

19.   Kjúklingabaunakrem með sveppum

HRÁEFNI:

Crepes:

- 140 g kjúklingabaunamjöl.
- 30 g hnetumjöl.
- 5 g næringarger.
- 5 g karrýduft.
- 350 ml vatn.
- Salt, eftir smekk.

FYLLING:

- 10 ml ólífuolía.
- 4 Portobello sveppir, þunnar sneiðar.
- 1 laukur, þunnt sneið.
- 30 g barnaspínat.
- Salt og pipar, eftir smekk.
- Mayo:

LEIÐBEININGAR:

a) Gerðu majó

b) Þeytið með handþeytara í 30 sekúndur.

c) Stilltu hrærivélina á hæsta hraða. Hellið avókadóolíu yfir og þeytið í 10 mínútur eða þar til þú ert komin með blöndu sem líkist majónesi.

d) Kryddið með salti og kælið í 1 klst.

e) Gerðu crepes; blandaðu saman kjúklingabaunamjöli, hnetumjöli, næringargeri, karrýdufti, vatni og salti eftir smekk í matarblöndunartæki.

f) Hitið stóra non-stick pönnu yfir meðalháum hita. Sprayið smá matarolíu á pönnuna.

g) Hellið ¼ bolla af deiginu í pönnu og dreifið deiginu um allan pönnubotninn með hringiðuhreyfingu.

h) Eldið crepe í 1 mínútu á hverri hlið. Renndu kreppunni á disk og haltu heitu.

i) Gerðu fyllinguna; hitið ólífuolíu á pönnu við meðalháan hita.

j) Bætið sveppum og lauk út í og eldið í 6-8 mínútur.

k) Bætið spínati saman við og hrærið þar til það er visnað, í 1 mínútu.

l) Kryddið með salti og pipar og setjið yfir í stóra skál.

m) Brjótið undirbúið majó.

20. Sætar kartöflubrauð

HRÁEFNI:
- 2 stórar sætar kartöflur, skornar í sneiðar.
- ¼ tommu þykkar sneiðar.
- 1 matskeið avókadóolía.
- 1 tsk salt ½ bolli guacamole.
- ½ bolli tómatar, sneiddir.

LEIÐBEININGAR:

a) Forhitaðu ofninn þinn í 425 ° F.

b) Hyljið bökunarplötu með bökunarpappír.

c) Nuddið kartöflusneiðarnar með olíu og salti og leggið þær á bökunarplötu. Bakið í 5 mínútur í ofni, snúið svo við og bakið aftur í 5 mínútur.

d) Toppið bakaðar sneiðar með guacamole og tómötum.

SNÍL

21. Grænn prótein snakk pottur

HRÁEFNI:

- 8 aura edamame baunir, frosnar.
- 8 aura baunir, frosnar.
- 4 matskeiðar sesamfræ.
- 4 matskeiðar sojasósa (lágt natríum).
- Chili sósa að vild, eftir smekk.
- Cilantro, valfrjálst.

LEIÐBEININGAR:

a) Setjið frosnar baunir og edamame í örbylgjuofnþolna skál. Látið skvetta af vatni fylgja með og þíðið í örbylgjuofni í um það bil 30 sekúndur þannig að það nái stofuhita.

b) Settu fræ ásamt baunum og baunum í lítið ílát, pott eða ílát.

c) Hrærið sojasósunni, chili og kóríander í gegnum áður en það er borðað. Njóttu!

22. Kínóamuffinsbitar

HRÁEFNI:

- 1 ½ bolli tilbúið quinoa.
- 2 egg, þeytt.
- ½ bolli sætkartöflumauk.
- ½ bolli svartar baunir.
- 1 matskeið saxað kóríander.
- 1 tsk kúmen.
- 1 tsk paprika.
- ½ tsk hvítlauksduft.
- ½ tsk salt.
- ⅛ teskeiðar svartur pipar.
- Matreiðslusprey.

LEIÐBEININGAR:

Forhitaðu ofninn í 350°F. Bætið öllu hráefninu í stóra skál og blandið þar til allt er samþætt.

a) Helltu blöndunni í muffinsformin með matskeið og klappaðu ofan á hverja þeirra. Bakið þar til það er eldað í gegn og haldið saman í um 15-20 mínútur.

23.   PB og J Orkubitar

HRÁEFNI:

- ½ bolli flauelsmjúkt saltað hnetusmjör.
- ¼ bolli hlynsíróp.
- 2 matskeiðar próteinduft
- 1 ¼ bolli glútenlausir hafrar.
- 2 ½ matskeiðar hörfræmjöl.
- 2 matskeiðar chia fræ.
- ¼ bolli þurrkaðir ávextir.

LEIÐBEININGAR:

a)   Í stóra blöndunarskál skaltu innihalda hnetusmjör, hlynsíróp og próteinduft, hafrar, hörfræmjöl, chiafræ og þurrkaðir ávextir. Ef það er of þurrt/mollulegt skaltu setja meira hnetusmjör eða hlynsíróp með.

b)   Kældu í kæli í 5 mínútur. Skelltu út 1 ½ matskeiðar magni og rúllaðu í kúlur. „Deigið" þarf að gefa um 13-14 kúlur.

c)   Skemmtu þér strax og geymdu vel lokaða afganga í kæli í 1 viku eða í frysti í um það bil 1 mánuð.

24. <u>Ristað gulrót hummus</u>

HRÁEFNI:

- 1 dós af kjúklingabaunum, skoluð og skoluð.
- 3 gulrætur.
- 1 hvítlauksgeiri.
- 1 teskeið af papriku.
- 1 hlaðin matskeið af tahini.
- Safi úr 1 sítrónu
- 2 matskeiðar af jómfrúarolíu til viðbótar.
- 6 matskeiðar af vatni.
- ½ tsk kúmenduft.
- Salt eftir smekk.

LEIÐBEININGAR:

a)   Hitið ofninn í 400°F. Þvoið og afhýðið gulræturnar og skerið þær í litla bita, setjið þær á bökunarplötu með ögn af ólífuolíu, klípu af salti og hálfa teskeið af papriku. Bakið í um 35 mínútur þar til gulrótin er orðin mjúk.

b)   Takið þær úr ofninum og látið kólna.

Á meðan þær kólna, undirbúið hummusinn: þvoið og hellið vel af kjúklingabaununum og setjið þær í matarkvörn með restinni af virku innihaldsefnunum og framkvæmið þar til þú sérð vel blandaða blöndu. Bætið svo gulrótunum og hvítlauknum út í og vinnið aftur!

25.   Uppblásinn quinoa bar

HRÁEFNI:

- 3 matskeiðar kókosolía.
- ½ bolli hrátt kakóduft.
- ⅓ bolli hlynsíróp.
- 1 matskeið tahini
- 1 tsk kanill.
- 1 tsk vanilluduft.
- Sjó salt.

LEIÐBEININGAR:

a) Bræðið kókosolíu, hrátt kakó, tahini, kanil, hlynsjó, síróp og vanillusalt á lítilli pönnu saman þar til það endar með þykkari súkkulaðiblöndu.

b) Setjið súkkulaðisósuna yfir poppað kínóa og blandið vel saman. Skelltu stóra matskeið af súkkulaði crispies í litla bökunarbolla.

c) Skelltu þeim í frysti í að minnsta kosti 20 mínútur til að harðna. Geymið í frysti og njótið!

26. Skeljað edamame ídýfa

HRÁEFNI:

- ½ bolli niðurskorinn rauðlaukur.
- Safi úr 1 lime.
- Sjó salt.
- Handfylli af kóríander.
- Tómatar í hægeldunum (valfrjálst).
- Chili flögur.

LEIÐBEININGAR:

a) Púlsaðu bara laukinn í blandara í nokkrar sekúndur. Bætið því næst afganginum af virku innihaldsefnunum út í og blandið þar til edamameið er blandað í stóra skammta.

b) Njóttu þess sem smurð á ristað brauð, í samloku, sem ídýfu eða sem pestósósu!

27. Matcha kasjúhnetur bollar

HRÁEFNI:

- ⅔ bolli kakósmjör
- 3/4 bolli kakóduft
- ⅓ bolli hlynsíróp
- ½ bolli cashew smjör
- 2 tsk matcha duft
- Sjó salt

LEIÐBEININGAR:

a)   Fylltu smá pönnu með ⅓ bolla af vatni og settu skál ofan á og hyldu pönnuna. Þegar skálin er orðin heit skaltu bræða kakósmjörið inni í skálinni. Þegar það hefur bráðnað skaltu taka af hitanum og hræra hlynsírópinu og kakóduftinu í nokkrar mínútur þar til súkkulaðið þykknar.

b)   Notaðu meðalstóra bollakökuhaldara og fylltu botnlagið með ríkulegri matskeið af súkkulaðiblöndunni.

c)   Frystið í 15 mínútur til að stífna.

d)   Takið frosna súkkulaðið úr frystinum og drekkið 1 matskeið af matcha/kasjúsmjörsdeiginu ofan á frosna súkkulaðilagið.

e)   Stráið sjávarsalti yfir og látið standa í frysti í 15 mínútur.

28. Kjúklingasúkkósneiðar

HRÁEFNI:

- 400 g dós kjúklingabaunir, skolaðar, tæmdar
- 250 g möndlusmjör
- 70 ml hlynsíróp
- 15 ml vanillumauk
- 1 klípa salt
- 2 g lyftiduft
- 2 g matarsódi
- 40 g súkkulaðibitar

LEIÐBEININGAR:

a) Forhitið ofninn í 180°C/350°F.

b) Smyrjið stórt bökunarform með kókosolíu.

c) Blandið kjúklingabaunum, möndlusmjöri, hlynsírópi, vanillu, salti, lyftidufti og matarsóda saman í matarblöndunartæki.

d) Blandið þar til slétt. Hrærið helmingnum af súkkulaðibitunum og dreifið deiginu í undirbúið bökunarform.

e) Stráið fráteknum súkkulaðibitum yfir.

f) Bakið í 45-50 mínútur eða þar til tannstöngull kemur hreinn út.

g) Kælið á grind í 20 mínútur. Skerið í sneiðar og berið fram.

29. Sætar grænar smákökur

HRÁEFNI:

- 165 g grænar baunir.
- 80 g saxaðar medjool döðlur.
- 60 g silkitófú, maukað.
- 100 g möndlumjöl.
- 1 tsk lyftiduft.
- 12 möndlur.

LEIÐBEININGAR:

a) Forhitið ofninn í 180°C/350°F.

b) Blandið ertum og döðlum saman í matvinnsluvél.

c) Vinnið þar til þykkt deigið hefur myndast.

d) Flyttu ertablönduna yfir í skál. Hrærið tófú, möndlumjöli og lyftidufti saman við. Mótaðu blönduna í 12 kúlur.

e) Raðið kúlum á bökunarplötu, klæddar bökunarpappír. Fletjið hverja kúlu út með olíuborinni lófa.

f) Setjið möndlu í hverja kex. Bakið kökurnar í 25-30 mínútur eða þar til þær eru gullnar mjúklega.

g) Kælið á vírgrind áður en það er borið fram.

30. Prótein kleinuhringir

HRÁEFNI:

- 85 g kókosmjöl.
- 110 g spírað próteinduft með vanillubragði.
- 25 g möndlumjöl.
- 50 g hlynsykur.
- 30 ml brædd kókosolía.
- 8 g lyftiduft.
- 115 ml sojamjólk.
- ½ tsk eplaedik.
- ½ tsk vanillumauk.
- ½ tsk kanill.
- 30ml lífræn eplasósa.
- 30 g kókospúðursykur.
- 10 g kanill.

LEIÐBEININGAR:

Blandið öllum þurrefnunum saman í skál.

a) Þeytið mjólkina með eplasósu, kókosolíu og eplasafi í sérstakri skál.

Blandið blautu hráefnunum saman við þurrt og hrærið þar til það hefur blandast vel saman.

b) Hitið ofninn í 180°C/350°F og smyrjið 10 holu kleinuhringjaform.

c) Hellið tilbúnu deiginu í smurt kleinuhringjamót.

d) Bakið kleinurnar í 15-20 mínútur.

e) Á meðan kleinurnar eru enn heitar, stráið kókossykri og kanil yfir. Berið fram heitt.

31. Hunang-sesam tófú

HRÁEFNI:

- 12 aura sérlega stíft tofu, tæmt og þurrkað.
- Olía eða matreiðsluúði.
- 2 msk sojasósa með minni natríum eða tamari.
- 3 hvítlauksgeirar, saxaðir.
- 1 matskeið hunang.
- 1 matskeið rifinn afhýddur ferskur engifer.
- 1 tsk ristað sesamolía.
- 1 pund grænar baunir, snyrtar.
- 2 matskeiðar ólífuolía.
- ¼ teskeiðar rauðar piparflögur (valfrjálst).
- Kosher salt.
- Nýmalaður svartur pipar.
- 1 meðalstór rauðlaukur, mjög smátt skorinn.
- ¼ tsk sesamfræ.

LEIÐBEININGAR:

a) Setjið til hliðar í 10 til 30 mínútur. Þeytið sojasósu eða tamari, hvítlauk, hunang, engifer og sesamolíu saman í stórri skál; setja til hliðar.

b) Skerið tófúið í þríhyrninga og setjið það í eitt lag á helmingi tilbúinnar bökunarplötu. Dreypið sojasósublöndunni yfir. Bakið þar til það er gullbrúnt á botninum, 12 til 13 mínútur.

c) Snúið tófúinu við. Settu grænu baunirnar í einu lagi á hinn helminginn af ofnplötunni. Dreypið ólífuolíu yfir og úðið rauðum piparflögum yfir; kryddið með salti og pipar.

d) Settu aftur í ofninn og bakaðu þar til tofuið er gullbrúnt á 2. hlið, 10 til 12 mínútur í viðbót. Stráið lauknum og sesamfræjunum yfir og berið fram strax.

32. Maple pecan fitu sprengjustangir

HRÁEFNI:
- 2 bollar Pecan helmingar
- 1 bolli möndlumjöl
- ½ bolli gyllt hörfræmjöl
- ½ bolli ósykrað rifin kókos
- ½ bolli Kókosolía
- ¼ bolli hlynsíróp
- ¼ tsk Fljótandi Stevia

LEIÐBEININGAR:

a)   Forhitið ofninn í 350°F og bakið helminga pelíkana í 5 mínútur.

b)   Taktu pekanhneturnar úr ofninum og settu þær í plastpoka. Myljið þær með kökukefli til að gera bita.

Blandið saman þurrefnunum möndlumjöli, gylltu hörfræmjöli og rifnum kókoshnetum og muldar pekanhnetum í blöndunarskál. Bætið við kókosolíu hlynsírópinu og fljótandi stevíu. Blandið öllu hráefninu saman í stóra hrærivélaskál þar til það myndast mylsnudeig.

c)   Setjið deigið í eldfast mót og þrýstið því niður.

d)   Bakið í 15 mínútur við 350F, eða þar til hliðarnar eru mjúklega brúnaðar.

e)   Skerið í 12 sneiðar með spaða og berið fram.

33. Blómkálsforréttir

Gerir 8

HRÁEFNI:

- 14 aura blómkálsblómar, saxaðir
- 3 meðalstönglar vorlaukur
- 3 aura rifinn hvítur cheddar
- ½ bolli möndlumjöl
- ½ tsk Salt
- 3/4 tsk pipar
- ½ tsk Rauð piparflögur
- ½ tsk estragon, þurrkað
- ¼ tsk hvítlauksduft
- 3 matskeiðar ólífuolía
- 2 tsk Chia fræ

LEIÐBEININGAR:

a)   Forhitið ofninn í 400 gráður Fahrenheit.

b)   Blandið saman blómkálsblómum, ólífuolíu, salti og pipar í plastpoka. Hristið kröftuglega þar til blómkálið er jafnhúðað.

c)   Hellið blómkálsblómum á álpappírsklædda ofnplötu. Bakið í 5 mínútur eftir það.

d)   Bætið ristuðu blómkálinu í matvinnsluvél og púlsið nokkrum sinnum til að brjóta það upp.

Blandið öllu hráefninu (möndlumjöli) saman í hrærivélarskál þar til það myndast klístrað blanda.

e)   Búið til bökunarbollur úr blómkálsblöndunni og hjúpið þær með möndlumjöli.

f)   Bakið við 400°F í 15 mínútur, eða þar til að utan er stökkara.

g)   Takið úr ofninum, látið kólna lítið áður en borið er fram!

34. Seitan pizzabollar

Gerir 2

HRÁEFNI:
- 1 aura full feitur rjómaostur
- 1 ½ bolli nýmjólkur mozzarellaostur
- 1 stórt egg, þeytt
- 1 bolli möndlumjöl
- 2 matskeiðar kókosmjöl
- ⅓ bolli pizzasósa
- ⅓ bolli rifinn cheddar ostur
- ½ pakki seitan eða um 4 aura, í teningum

LEIÐBEININGAR:

a)   Forhitið ofninn í 400°F.

b)   Blandið rjómaostinum og mozzarella saman í stóra örbylgjuþolna skál og hitið í örbylgjuofn í 1 mínútu og hrærið nokkrum sinnum.

c)   Bætið þeyttu egginu og báðum hveiti út í og hrærið hratt þar til kúla myndast. Hnoðið í höndunum þar til það verður létt klístrað.

d)   Skiptið deiginu í 8 hluta. Setjið stykki á milli tveggja blaða af smurðum bökunarpappír og fletjið út með kökukefli.

e)   Þrýstu hverju deigstykki í smurð muffinsform til að mynda litla deigbolla.

f)   Bakið í 15 mínútur eða þar til þær eru gullinbrúnar.

g)   Takið úr ofninum og stráið hverri pizzusósu, cheddar og seitan yfir. Settu aftur í ofninn í fimm mínútur þar til osturinn bráðnar.

h)   Takið úr muffinsformum og berið fram.

35. Grillaðir Seitan og grænmeti Kabobs

Gerir 4 skammta

HRÁEFNI:

- ⅓ bolli balsamik edik
- 2 matskeiðar ólífuolía
- 1 matskeið ferskt oregano
- 2 hvítlauksrif, söxuð
- ½ tsk salt
- ¼ tsk nýmalaður svartur pipar
- 1 pund seitan, skorið í 1 tommu teninga
- 7 aura litlir hvítir sveppir
- 2 litlir kúrbít, skornir í 1 tommu bita
- 1 meðalstór gul paprika, skorin í ferninga
- Þroskaðir kirsuberjatómatar

LEIÐBEININGAR:

a)   Undirbúið grillið.

b)   Blandið ediki, olíu, oregano, timjan, hvítlauk, salti og svörtum pipar saman í miðlungs blöndunarskál. Snúðu til að húða seitan, sveppum, kúrbít, papriku og tómötum.

c)   Marinerið í 30 mínútur við stofuhita, snúið öðru hverju.

d)   Tæmið og setjið seitanið og grænmetið til hliðar, sem og marineringuna.

e)   Settu teinarnir saman með seitaninu, sveppunum og tómötunum.

f)   Setjið teinarnir á heitt grill og eldið í um það bil 10 mínútur, snúið einu sinni við hálfa grillið.

g)   Dreypið litlu magni af geymdri marineringunni yfir og berið fram strax.

36. Kínóamuffinsbitar

Gerir 4

HRÁEFNI:

- 1 ½ bolli tilbúið quinoa
- 2 egg, þeytt
- ½ bolli sætkartöflumauk
- ½ bolli svartar baunir
- 1 matskeið saxað kóríander
- 1 tsk kúmen
- 1 tsk paprika
- ½ tsk hvítlauksduft
- ½ tsk salt
- ⅛ teskeiðar svartur pipar
- Matreiðslusprey

LEIÐBEININGAR:

a)   Forhitið ofninn í 350 gráður Fahrenheit.

Blandið öllu hráefninu saman í stóra blöndunarskál og hrærið þar til það hefur blandast vel saman.

b)   Notaðu matskeið, settu blönduna í muffinsformin og klappaðu ofan á hvert og eitt.

c)   Bakið í 15-20 mínútur, eða þar til það er eldað í gegn og stíft.

37. <u>PB og J Orkubitar</u>

Gerir 13-14 kúlur

HRÁEFNI:

- ½ bolli flauelsmjúkt saltað hnetusmjör
- ¼ bolli hlynsíróp
- 2 matskeiðar próteinduft
- 1 ¼ bolli glútenlausir hafrar
- 2 ½ matskeiðar hörfræmjöl
- 2 matskeiðar chiafræ
- ¼ bolli þurrkaðir ávextir

LEIÐBEININGAR:

a)   Blandaðu saman hnetusmjöri, hlynsírópi, próteindufti, höfrum, hörfræmjöli, chiafræjum og þurrkuðum ávöxtum að eigin vali í stórum blöndunarrétti.

b)   Ef blandan er of þurr eða mylsnuð skaltu bæta við auka hnetusmjöri eða hlynsírópi.

c)   Kældu í 5 mínútur í kæli. Skolið 1 ½ matskeið og rúllið í kúlur. „Deigið" á að gera um 13-14 kúlur.

d)   Njóttu strax og geymdu afganga í loftþéttu íláti í ísskáp í allt að viku eða í frysti í allt að mánuð.

38. Ristað gulrót hummus

Gerir 2

HRÁEFNI:

- 1 dós af kjúklingabaunum, skoluð og skoluð
- 3 gulrætur
- 1 hvítlauksgeiri
- 1 teskeið af papriku
- 1 hlaðin matskeið af tahini
- Safi úr 1 sítrónu
- 2 matskeiðar af jómfrúarolíu til viðbótar
- 6 matskeiðar af vatni
- ½ tsk kúmenduft
- Salt eftir smekk

LEIÐBEININGAR:

a)   Forhitið ofninn í 400 gráður Fahrenheit.

b)   Þvoið og afhýðið gulræturnar, skerið þær síðan í litla bita og setjið þær á eldfast mót með ólífuolíu, smá salti og hálfri teskeið af papriku.

c)   Bakið í 35 mínútur, eða þar til gulræturnar eru mjúkar.

d)   Takið þær úr ofninum og setjið þær til hliðar til að kólna.

e)   Undirbúið hummusinn á meðan þeir kólna: Þvoið og tæmið kjúklingabaunirnar vandlega áður en þær eru settar í matarkvörn með restinni af virku efnisþáttunum. Vinnið þar til þú hefur vel blandaða blöndu.

f)   Eftir það skaltu bæta við gulrótum og hvítlauk og endurtaka málsmeðferðina!

39. Matcha kasjúhnetur bollar

Gerir 6
HRÁEFNI:

- ⅔ bolli kakósmjör, brætt
- 3/4 bolli kakóduft
- ⅓ bolli hlynsíróp
- ½ bolli cashew smjör
- 2 tsk matcha duft
- Sjó salt

LEIÐBEININGAR:

a)   Bræðið kakósmjörið í blöndunarskál og hrærið hlynsírópinu og kakóduftinu saman við.

b)   Í meðalstóru bollakökuformi er góð matskeið af súkkulaðiblöndunni sett í botnlagið.

c)   Settu bollakökuhaldarana í frysti í 15 mínútur til að storkna.

d)   Fjarlægðu frosna súkkulaðilagið úr frystinum og helltu 1 skeið af matcha/kasjúsmjörsdeiginu ofan á.

e)   Um leið og þessu er lokið skaltu hella afganginum af bræddu súkkulaði yfir hverja dúkku og þekja allt.

f)   Stráið sjávarsalti yfir.

g)   Sett í frysti í 15 mínútur.

40. Hunang-sesam tófú

Gerir 12

HRÁEFNI:

- 12 aura þétt tófú, tæmd og þurrkuð
- Olía eða matreiðsluúði
- 2 matskeiðar sojasósa með minni natríum
- 3 hvítlauksgeirar, saxaðir
- 1 matskeið hunang
- 1 matskeið rifinn afhýddur ferskur engifer
- 1 tsk ristað sesamolía
- 1 pund grænar baunir, snyrtar
- 2 matskeiðar ólífuolía
- ¼ tsk rauðar piparflögur (valfrjálst)
- Kosher salt
- Nýmalaður svartur pipar
- 1 meðalstór rauðlaukur, mjög smátt skorinn
- ¼ tsk sesamfræ

LEIÐBEININGAR:

a)   Blandið saman sojasósu, hvítlauk, hunangi, engifer og sesamolíu í stórri blöndunarskál; setja til hliðar.

b)   Skerið tófúið í þríhyrninga og raðið í eitt lag á annarri hliðinni á ofnplötunni sem hefur verið útbúin.

c)   Dreypið sojasósublöndunni yfir.

d)   Bakið í 12 til 13 mínútur, eða þar til hann er gullinbrúnn á botninum.

e)   Færðu tófúið í kring.

f)   Á hinn helminginn af bökunarplötunni skaltu raða grænu baununum í eitt lag. Kryddið með salti og pipar eftir að hafa hellt yfir ólífuolíu og sprautað með rauðum piparflögum.

g)   Settu aftur í ofninn og bakaðu í 10 til 12 mínútur í viðbót, eða þar til tofuið er gullbrúnt á annarri hliðinni.

h)   Berið fram strax með stökki af lauk og sesamfræjum.

AÐALRÉTTUR

41. Shiitake og ostur hamborgarapottur

Gerir 6 skammta

HRÁEFNI:

- 1 pund malað seitan
- 4 aura Shiitake sveppir, sneiddir
- ½ bolli möndlumjöl
- 3 bollar saxað blómkál
- 1 matskeið Chia fræ
- ½ tsk hvítlauksduft
- ½ tsk Laukurduft
- 2 matskeiðar minnkaður sykur
- Tómatsósa
- 1 matskeið Dijon sinnep
- 2 matskeiðar majónes
- 4 aura Cheddar ostur
- Salt og pipar eftir smekk

LEIÐBEININGAR:

a)   Forhitið ofninn í 350 gráður Fahrenheit.

Blandið öllu hráefninu og helmingnum af cheddarostinum saman í stóra blöndunarskál.

b)   Hellið blöndunni í bökunarpappírsklædda 9x9 bökunarform. Stráið þá helmingnum sem eftir er af cheddarostinum ofan á.

c)   Bakið í 20 mínútur á efstu grind.

d)   Berið fram með viðbótaráleggi eftir að hafa verið sneið.

42.   Bakaður Jambalaya pottur

Gerir 4 skammta

HRÁEFNI:

- 10 aura tempeh
- 2 matskeiðar ólífuolía
- 1 meðalstór gulur laukur, saxaður
- 1 meðalgræn paprika, söxuð
- 2 hvítlauksrif, söxuð
- 1 (28 aura) dós sneiddir tómatar, ótæmdir
- ½ bolli hvít hrísgrjón
- 1 ½ bolli grænmetissoð
- 1 ½ bolli soðnar eða 1 (15,5 únsu) dós dökkrauðar nýrnabaunir, tæmdar og skolaðar
- 1 msk söxuð fersk steinselja
- 1½ tsk Cajun krydd
- 1 tsk þurrkað timjan
- ½ tsk salt
- ¼ tsk nýmalaður svartur pipar

LEIÐBEININGAR:

a)   Forhitið ofninn í 350 gráður Fahrenheit.

b)   Eldið tempeh í 30 mínútur í miðlungs potti af sjóðandi vatni. Tæmdu vatnið og klappaðu því þurrt. Skerið í ½ tommu teninga.

c)   Hitið 1 matskeið af olíunni í stórri pönnu yfir meðalhita. Eldið tempeh í 8 mínútur, eða þar til tempeh er brúnt á báðum hliðum. Settu tempeh í 9 x 13 tommu eldfast mót til að kólna.

d)   Hitið 1 matskeið olíu sem eftir er í sömu pönnu yfir miðlungshita. Blandið lauknum, paprikunni og hvítlauknum saman í blöndunarskál. Eldið, þakið, í um 7 mínútur, eða þar til grænmetið er mjúkt.

e)   Hellið grænmetisblöndunni með tempeh í bökunarformið.

f)   Bætið tómötunum, vökvanum, hrísgrjónunum, seyði, nýrnabaunum, steinselju, Cajun kryddi, timjan, salti og svörtum pipar út í. Blandið vandlega saman, lokið síðan vel og bakið í 1 klukkustund, eða þar til hrísgrjónin eru mjúk. Berið fram strax.

43. Eggaldin og Tempeh-fyllt pasta

Gerir 4 skammta

HRÁEFNI:

- 8 aura tempeh
- 1 meðalstórt eggaldin
- 12 stórar pastaskeljar
- 1 hvítlauksgeiri, maukaður
- ¼teskeið malað cayenne
- Salt og nýmalaður svartur pipar
- Þurrkaðu ókryddaða brauðmylsnu
- 3 bollar marinara sósa

LEIÐBEININGAR:

a)   Forhitið ofninn í 450 gráður Fahrenheit.

b)   Eldið tempeh í 30 mínútur í miðlungs potti af sjóðandi vatni. Tæmdu vatnið og settu það til hliðar til að kólna.

c)   Stingið eggaldinið með gaffli og bakið þar til það er mjúkt, um 45 mínútur á létt smurðri ofnplötu.

d)   Eldið pastaskeljarnar í potti með sjóðandi saltvatni þar til þær eru al dente, um það bil 7 mínútur, á meðan eggaldinið er að steikjast. Tæmdu vatnið og skolaðu það undir köldu vatni.

e)   Taktu eggaldinið úr ofninum, skerðu það í tvennt eftir endilöngu og tæmdu vökva.

f)   Lækkaðu ofnhitann í 350 gráður á Fahrenheit.

g)   Vinnið hvítlaukinn í matvinnsluvél þar til hann er fínt mulinn. Pússaðu í tempeh þar til það er grófmalað.

h)   Skafið eggaldinskvoða úr skelinni og blandið því saman við tempeh og hvítlauk í matvinnsluvél. Hellið cayenneinu út í, kryddið eftir smekk með salti og pipar og blandið saman. Bætið við smá brauðmylsnu ef fyllingin er of laus.

i)   Í tilbúnu bökunarforminu skaltu dreifa lagi af tómatsósu á botninn. Fylltu skeljarnar með fyllingunni þar til þær eru alveg fullar.

j)   Hellið afganginum af sósunni yfir og utan um skeljarnar og raðið þeim svo ofan á sósuna.

k)   Hyljið með filmu og bakið í 30 mínútur.

l)   Afhjúpið, stráið parmesan yfir og bakið í 10 mínútur í viðbót. Berið fram strax.

44. Bean curd með baunasósu og núðlum

Gerir 4

HRÁEFNI:

- 8 aura ferskar Peking-stíl núðlur
- 1 12 aura blokkfast tófú
- 3 stórir stilkar bok choy OG 2 grænir laukar
- ⅓ bolli dökk sojasósa
- 2 matskeiðar svartbaunasósa
- 2 tsk kínverskt hrísgrjónavín eða þurrt sherry
- 2 tsk svart hrísgrjónaedik
- ¼ teskeið salt
- ¼ tsk chilipasta með hvítlauk
- 1 tsk Hot Chili olía
- ¼ tsk sesamolía
- ½ bolli vatn
- 2 matskeiðar olía til hræringar
- 2 sneiðar engifer, hakkað
- 2 hvítlauksrif, söxuð
- ¼ af rauðlauk, saxaður

LEIÐBEININGAR:

a)   Hitið núðlurnar að suðu og eldið þar til þær eru mjúkar. Tæmdu vatnið alveg. Skerið tófúið í teninga.

b)   Sjóðið bok choyið með því að dýfa því í sjóðandi vatn í nokkrar sekúndur og tæma það síðan alveg.

c)   Blandið saman dökku sojasósunni, svörtu baunasósu, Konjac hrísgrjónavíni, svörtu hrísgrjónaediki, salti, chilipauki með hvítlauk, heitri chiliolíu, sesamolíu og vatni í stórri blöndunarskál.

d)   Hitið olíuna í wok eða pönnu sem hefur verið forhituð. Bætið engiferinu, hvítlauknum og grænlauknum við hituðu olíuna. Hrærið í nokkrar mínútur, þar til ilmandi. Bætið rauðlauknum út í og hrærið í stutta stund. Ýttu upp til hliðanna og bætið við bok choy stilkunum.

e)   Hrærið laufin saman við þar til bok choyið er ljómandi grænt og laukurinn er mjúkur.

f)   Látið suðuna koma upp á miðri pönnu. Hellið tófúinu út í. Leyfðu tófúinu að draga í sig sósuna með því að malla í nokkrar mínútur. Hellið núðlunum út í.

g)   Blandið öllu saman og berið fram strax.

45. Tofu í Cajun-stíl

Gerir 4 skammta

HRÁEFNI:
- 1 punds extra stíft tófú, tæmt og þurrkað
- Salt
- 1 matskeið auk 1 tsk Cajun krydd
- 2 matskeiðar ólífuolía
- ¼ bolli söxuð græn paprika
- 1 matskeið hakkað sellerí
- 2 matskeiðar hakkað grænn laukur
- 2 hvítlauksrif, söxuð
- 1 (14,5 aura) dós sneiddir tómatar, tæmd
- 1 matskeið sojasósa
- 1 matskeið söxuð fersk steinselja

LEIÐBEININGAR:

a)   Skerið tófúið í ½ tommu þykkar sneiðar og kryddið með salti og 1 msk Cajun kryddi á hvorri hlið.

b)   Hitið 1 matskeið af olíu í litlum potti yfir meðalhita. Bætið við selleríinu og paprikunni.

c)   Eldið í 5 mínútur.

d)   Bætið tómötunum, sojasósunni, steinseljunni og 1 tsk Cajun kryddblöndunni sem eftir er, ásamt salti og pipar eftir smekk. Setjið til hliðar eftir að hafa látið malla í 10 mínútur.

e)   Hitið 1 matskeið olíu sem eftir er í stórri pönnu yfir miðlungs háum hita. Eldið tofu í 10 mínútur, eða þar til tofuið er brúnt á báðum hliðum. Eldið í 5 mínútur eftir að sósunni er bætt út í.

f)   Berið fram strax

46. Kúrbítsnúðlur með parmesan

Gerir 2

HRÁEFNI:
- 2 meðalstór kúrbít
- 2 matskeiðar smjör
- 3 stór hvítlauksrif, söxuð
- 3/4 bolli parmesanostur
- ¼ tsk rauð chilli flögur

LEIÐBEININGAR:
a) Skerið kúrbít í spírala eða núðluþræði með því að nota grænmetisspiralizer eða julienne skrælara. Setjið núðlur til hliðar.
b) Hitið stóra pönnu á meðalháum hita. Bræðið smjör, bætið síðan hvítlauk út í. Eldið hvítlauk þar til hann er ilmandi og hálfgagnsær, um það bil 30 sekúndur.
c) Bætið kúrbítsnúðlum út í og eldið þar til þær eru mjúkar, um 3-5 mínútur.
d) Takið pönnuna af hellunni, bætið parmesanosti út í og kryddið með salti og pipar eftir smekk.
e) Bætið chiliflögum út í og berið fram volgar.

47. Quinoa kjúklingabauna Búdda skál

Gerir 2

HRÁEFNI:
KÆKURÆNUR:
- 1 bolli þurrar kjúklingabaunir.
- ½ tsk sjávarsalt.

KÍNOA:
- 1 matskeið ólífu-, vínberja- eða avókadóolía (eða kókos).
- 1 bolli hvítt kínóa (vel skolað).
- 1 3/4 bolli vatn.
- 1 holla klípa sjávarsalt.

Grænkál:
- 1 stór pakki hrokkið grænkál

TAHINI SÓSA:
- ½ bolli tahini.
- ¼ tsk sjávarsalt.
- ¼ tsk hvítlauksduft.
- ¼ bolli vatn.

TIL AFREISUNAR:
- Ferskur sítrónusafi.

LEIÐBEININGAR:

a)   Annaðhvort leggið kjúklingabaunir í bleyti yfir nótt í köldu vatni eða notaðu fljótlega bleytiaðferðina: Bætið skoluðum kjúklingabaunum í stóran pott og hyljið með 2 tommu vatni. Tæmið, skolið og setjið aftur í pottinn.

b)   Til að elda bleytar kjúklingabaunir, bætið við í stóran pott og hyljið með 2 tommu af vatni. Látið suðuna sjóða við háan hita, lækkið síðan hitann niður í suðuna, blandið í salti og hrærið í og eldið án loks í 40 mínútur - 1 klukkustund og 20 mínútur.

c)   Prófaðu baun eftir 40 mínútna markið til að sjá hversu mjúk þau eru. Um leið og þau eru tilbúin skaltu tæma baunirnar og setja til hliðar og strá yfir aðeins meira salti.

d)   Undirbúðu dressinguna með því að setja tahini, sjávarsalt og hvítlauksduft í litla blöndunarskál og þeyta til að blandast saman. Bætið síðan vatni við smá í einu þar til það myndar hella sósu.

e)   Bætið ½ tommu vatni á meðalstóra pönnu og látið sjóða við meðalhita. Takið grænkálið samstundis af hitanum og setjið yfir í lítið fat til framreiðslu.

48. Sticky tofu með núðlum

HRÁEFNI:

- ½ stór agúrka.
- 100 ml hrísgrjóna rauðvínsedik.
- 2 matskeiðar gylltur flórsykur.
- 100 ml grænmetisolía.
- 200 g pakki fyrirtækistófú, skorið í 3 cm teninga.
- 2 matskeiðar hlynsíróp.
- 4 matskeiðar brúnt eða hvítt miso-mauk.
- 30 g hvít sesamfræ.
- 250 g þurrkaðar soba núðlur.
- 2 vorlaukar, rifnir, til að bera fram.

LEIÐBEININGAR:

a) Notaðu skrælara og klipptu þunnar tætlur af gúrkunni og skildu eftir fræin. Setjið tætlur í skál og setjið til hliðar. Hitið edik, sykur, ¼ tsk salt og 100 ml af vatni varlega á pönnu við miðlungshita í 3-5 mínútur þar til sykurinn verður fljótandi, hellið síðan yfir gúrkurnar og látið súrsast í ísskápnum á meðan þú útbýr tófúið.

b) Hitið allt nema 1 matskeið af olíunni á stórri steikarpönnu við miðlungshita þar til loftbólur fara að rísa upp á yfirborðið. Setjið tófúið með og steikið í 7-10 mínútur.

c) Blandið saman hunangi og misó í lítilli skál. Dreifið sesamfræjunum út á disk. Penslið steikta tófúið með klístri hunangssósunni og setjið afganga til hliðar. Húðaðu tófúið jafnt í fræjum, stráðu smá salti yfir og láttu það liggja á heitum stað.

d) Undirbúið núðlurnar og blandið saman við afganginn af olíunni, sósunni sem eftir er og 1 matskeið af gúrkusúrsunarvökvanum. Eldið í 3 mínútur þar til það er orðið heitt í gegn.

49. <u>Grillaður makríll með appelsínugremolata dressingu</u>

Þjónar 4

HRÁEFNI:

- 4 makrílflök, roð á
- Ólífuolía, til að grilla
- Safi úr 1 lítilli appelsínu
- 4 rósmaríngreinar, skornar í tvennt
- Fyrir appelsínu gremolata dressinguna
- 100ml ólífuolía
- 2 hvítlauksrif, afhýdd og smátt skorin
- Börkur og safi úr 1 lítilli appelsínu
- 2 matskeiðar grófsöxuð flatblaða steinselja
- Sjávarsalt og nýmalaður svartur pipar

leiðbeiningar:

a) Forhitið grillið í meðalhátt. Klæðið grillpönnuna með álpappír. Til að búa til appelsínugremolata dressinguna, setjið allt hráefnið fyrir hana í skál og kryddið með salti og pipar. Blandið vel saman og setjið síðan til hliðar.

b) Notaðu beittan hníf til að skera húðina á makrílflökin og setja þau síðan á tilbúna grillpönnu með roðhliðinni niður. Dreypið ólífuolíu yfir hvert flök, bætið kreistu af appelsínusafa og stráið rósmaríngreinunum yfir.

c) Setjið pönnuna undir grillið og eldið fiskinn í 1–2 mínútur áður en honum er snúið við og eldað í 4–5 mínútur í viðbót, eða þar til hýðið er stökkt og holdið ógagnsætt.

d) Færið fiskinn yfir á fat og hellið gremolata dressingunni yfir áður en hann er borinn fram með stóru grænu salati og fullt af volgu brauði.

50. Malasískur fiskur og okra karrý

Þjónar 4

HRÁEFNI:

- 2 matskeiðar jurtaolía
- 1 laukur, afhýddur og smátt skorinn
- 3 hvítlauksrif, afhýdd og smátt skorin
- 3 cm stykki af ferskum rótengifer, afhýtt og fínt rifið
- 1 langt rautt chilli, fræhreinsað ef þú vilt mildara högg, smátt saxað
- 1 tsk Thai rækjumauk
- 1 hrúguð teskeið malað túrmerik
- 2 tómatar, grófsaxaðir 250ml fiskikraftur
- 400ml kókosrjómi
- 1 kaffir lime lauf
- 2 tsk sítrónugrasmauk
- 1 tsk kókospálmasykur
- 1 matskeið tamarindmauk
- 650 g skötuselur
- 200 g okra
- 2 matskeiðar saxað kóríander

leiðbeiningar:

a) Setjið stóra steikingarpönnu yfir miðlungsháan hita og bætið olíunni við. Þegar hann er heitur, bætið við lauknum og eldið í 2–3 mínútur, eða þar til hann er mjúkur.

b) Bætið hvítlauknum, engiferinu og chilli út í og eldið í 2 mínútur áður en rækjumaukinu og túrmerikinu er bætt út í.

c) Hrærið í 1 mínútu, eða þar til ilmandi, bætið þá tómötunum, fiskikraftinum, kókosrjómanum, kaffir lime laufinu, sítrónugrasmaukinu, pálmasykrinum og tamarindmaukinu út í. Hrærið vel, látið suðuna koma upp og látið malla í 10–12 mínútur.

d) Skerið skötuselinn í 3–5 cm bita á meðan. Skerið okrið og skerið hverja og eina í tvennt í horn.

e) Bætið okrinu á pönnuna og eldið í 2 mínútur, bætið síðan skötuselinum út í og eldið í 5–6 mínútur í viðbót, eða þar til hann er eldaður í gegn.

f) Takið pönnuna af hellunni, hrærið kóríander út í og berið fram í skálum með basmati hrísgrjónum eða Aromatic Saffron Pilaf.

51. Túnfisksteikur með niðursoðnu sítrónukúskús

Þjónar 2

HRÁEFNI:
- 2 x 200g túnfisksteikur
- 1 matskeið ólífuolía
- Fyrir varðveitt sítrónu kúskús
- 100 g kúskús
- Klípa af saffran
- ½ niðursoðin sítróna, smátt skorin
- 150ml grænmetiskraftur
- ¼ agúrka
- 2 matskeiðar kóríanderlauf
- 2 matskeiðar myntulauf
- 1 x 400 g dós af kjúklingabaunum, skoluð og skoluð
- 2 matskeiðar extra virgin ólífuolía
- Sítrónusafi, eftir smekk
- Sjávarsalt og nýmalaður svartur pipar
- Að þjóna
- ½ tsk súmak
- Sítrónubátar

leiðbeiningar:

a) Setjið kúskúsið í hitaþolna skál. Notaðu staup og mortéli, malaðu saffranið í duft, settu síðan í lítinn pott með varðveittu sítrónu- og grænmetiskraftinum. Látið suðuna koma upp og hellið kúskúsinu yfir. Hrærið vel, hyljið skálina með filmu og látið standa í 5–10 mínútur.

b) Á meðan, skerið agúrkuna í smátt og saxið kryddjurtirnar gróft.

c) Takið kúskúsið af og fletjið því upp með gaffli. Bætið við agúrkunni, kryddjurtunum, kjúklingabaunum, extra virgin ólífuolíu og smá sítrónusafa. Blandið vel saman og kryddið með salti og pipar. Setja til hliðar.

d) Settu stóra pönnu sem festist ekki við meðalháan hita. Dreifið túnfisksteikunum með ólífuolíu og kryddið báðar hliðar með salti og pipar. Þegar pannan er orðin rjúkandi heit, bætið þá túnfisknum út í og steikið í 2 mínútur á hvorri hlið.

e) Skellið kúskúsinu á diska og setjið túnfiskinn ofan á. Stráið hvern disk yfir súmakkann og berið fram með sítrónubátum og grænu salati.

52. Bakaður sjávarbrauð með fennel, gulrót og sítrónu

Þjónar 2

HRÁEFNI:
- 1 stór gulrót
- 2 barna fennel perur
- 2 matskeiðar ólífuolía
- Börkur og safi úr 1 sítrónu
- 2 x 120 g hafbrauðsflök
- 1 tsk fennel frjókorn (valfrjálst)
- Sjávarsalt og nýmalaður svartur pipar

leiðbeiningar:

a) Forhitið ofninn í 200°C/180°C blástur/gas 6.

b) Klippið tvö stykki af bökunarpappír um 35 x 40 cm og brjótið hvert stykki í tvennt á lengdina.

c) Afhýðið gulrótina og notið mandólín eða grænmetisskrælara til að skera í fínar tætlur. Skerið fenneluna, geymið blaðlauk, og skerið peruna fínt í tætlur.

d) Skiptið grænmetinu á milli bökunarpappíranna tveggja, setjið það hægra megin við brotið. Hellið matskeið af olíu yfir, stráið síðan öllum fráteknum blöðrum og sítrónubörknum yfir.

e) Notaðu beittan hníf til að skera niður sjávarbrauðshýðið og setja síðan fiskflök ofan á grænmetið með roðhliðinni upp og krydda með salti og pipar. Kreistið sítrónusafann yfir hvert flak og stráið síðan fennelfrjókornunum yfir (ef það er notað).

f) Brjótið bökunarpappírinn yfir fiskinn og þéttið langar brúnirnar saman með því að brjóta þær yfir hvorn annan. Snúðu endunum og stingdu þeim undir. Setjið pakkana á bökunarplötu og setjið á efstu hillu ofnsins í 8–10 mínútur, eða þar til fiskurinn er eldaður í gegn.

g) Berið sjóbirtinginn fram í pappírspokanum með nýjum kartöflum og grænu salati.

53. Hvítlaukur og chilli rækjur

Þjónar 2

HRÁEFNI:

- 4 matskeiðar ólífuolía
- 6 hvítlauksrif, afhýdd og smátt skorin
- 1 rautt chilli, fræhreinsað ef þú vilt mildara högg, saxað smátt
- Klípa af chilli flögum (valfrjálst)
- 600 g hráar tígrisrækjur
- 80ml manzanilla sherry
- 1 tsk tómatpuré
- 200 g kirsuberjatómatar, skornir í fjórða
- 25 g smjör, skorið í 1 cm teninga
- 2 matskeiðar saxuð flatblaða steinselja
- Sjávarsalt og nýmalaður svartur pipar

leiðbeiningar:

a) Settu stóra steikarpönnu yfir meðalháan hita og bætið olíunni út í. Þegar það er heitt, bætið þá hvítlauknum, chilli og chilli flögum (ef það er notað) út í og hrærið varlega í 1 mínútu.

b) Bætið rækjunum út í og eldið þar til þær eru bleikar á annarri hliðinni. Snúið hverri rækjunni við og bætið við sherry, tómatpúrru og kirsuberjatómötum. Eldið í 1–2 mínútur, eða þar til rækjurnar eru bleikar yfir allt, flytjið síðan rækjurnar yfir á disk. Haltu áfram að elda blönduna á pönnunni í 2–3 mínútur í viðbót, þar til tómatarnir hafa mýkst.

c) Setjið rækjurnar aftur á pönnuna, hrærið smjöri og steinselju saman við og kryddið eftir smekk. Berið fram með grænu salati og smá brauði til að þurrka upp dýrindis sósuna.

54. Bakaður sjóbirtingur í kínverskum stíl

Þjónar 2
HRÁEFNI:

- 4 baby pak choi, skornir í tvennt eftir endilöngu
- 125 g fínar grænar baunir, snyrtar
- 100 g barnamaís, stærri helmingar langsum
- 2 x 180g sjóbirtingsflök, húð á
- 5 cm stykki af ferskum engiferrótum, afhýtt og saxað
- 2 hvítlauksrif, afhýdd og fínt skorin
- 1 langt rautt chilli, fræhreinsað ef þú vilt mildara högg, fínt skorið
- ½ tsk maísmjöl
- 2 matskeiðar sojasósa
- 1 msk ostrusósa
- 1 matskeið sesamolía, auk auka til að bera fram
- 4 matskeiðar Shaoxing hrísgrjónavín
- Klípa af möluðum hvítum pipar
- Jasmín hrísgrjón, til að bera fram

leiðbeiningar:

a) Forhitið ofninn í 220°C/200°C blástur/gas 7.

b) Klippið tvö stykki af bökunarpappír um 35 x 40 cm og brjótið hvert stykki í tvennt á lengdina. Leggðu pak choi hægra megin við hverja brot. Setjið baunirnar ofan á og setjið síðan maís ofan á baunirnar.

c) Skerið hvert sjóbirtingsflök í tvennt yfir miðjuna og leggið tvo helminga, sem skarast örlítið, ofan á grænmetið.

d) Stráið engifer, hvítlauk og chilli yfir fiskinn.

e) Setjið maísmjölið í skál með sojasósunni og blandið þar til það hefur blandast vel saman. Bætið ostrusósunni, sesamolíu, hrísgrjónavíni og hvítum pipar út í og blandið aftur saman. Hellið blöndunni yfir fiskinn.

f) Brjótið bökunarpappírinn yfir fiskinn og þéttið kantana saman með því að brjóta þá yfir hvorn annan. Snúðu endunum og stingdu þeim undir. Settu pakkana á bökunarplötu og settu á efstu hillu ofnsins í 15 mínútur.

g) Setjið pakkana á tvo diska, opnið þá og dreypið smá auka sesamolíu yfir áður en þær eru bornar fram með jasmín hrísgrjónum.

55. Salt og bleikur pipar rækjur með lime majónesi

Þjónar 4

HRÁEFNI:
- 1 msk bleik piparkorn
- ½ tsk sjávarsalt
- Börkur og safi úr 2 lime
- 3 matskeiðar ólífuolía
- 500 g hráar, afhýddar konungsrækjur
- 1 matskeið gróft saxað kóríander
- Fyrir lime majónesi
- 100 g majónesi
- Safi úr 1 lime

leiðbeiningar:
a) Myljið piparkornin og saltið í gróft duft með steypu og mortéli.
b) Setjið limebörkinn og safa í stóra skál og hrærið síðan ólífuolíu og bleikpiparblöndunni út í.
c) Bætið rækjunum saman við og hrærið varlega með hreinum höndum þar til þær eru vel húðaðar.
d) Blandið majónesi og limesafa saman í lítilli skál.
e) Settu stóra steikarpönnu yfir miðlungsháan hita og bætið rækjunum út í þegar hún er mjög heit. Eldið í 2–3 mínútur, hrærið reglulega, þar til allar rækjurnar eru bleikar og eldaðar í gegn.
f) Hellið rækjunum á fat, stráið kóríander yfir og berið fram strax með lime-majónesi og stóru grænu salati.

56. Steikt Hake með saffran majónesi

Þjónar 4

HRÁEFNI:

- 300g Mjúkt stilkur spergilkál
- 4 x 200 g lýsingsflök, roðhreinsuð og beinbein
- 1 msk timjanblöð
- 2 matskeiðar extra virgin ólífuolía
- Börkur og safi af ½ appelsínu
- 1 sítróna, skorin í báta
- Fyrir saffran majónesi
- Klípa af saffran
- 1 matskeið sjóðandi vatn
- 2 eggjarauður
- 2 lítil hvítlauksrif, afhýdd og mulin
- 1 matskeið Dijon sinnep
- 80ml ólífuolía
- 80ml jurtaolía
- Sítrónusafi, eftir smekk
- Sjávarsalt og nýmalaður svartur pipar

leiðbeiningar:

a) Forhitið ofninn í 200°C/180°C blástur/gas 6.

b) Notaðu stöpul og mortéli, malaðu saffran í duft, bætið síðan sjóðandi vatninu út í og látið standa.

c) Setjið spergilkálið í stóra steikarskúffu og leggið lýsingsflökin ofan á með skinnhliðinni niður. Stráið timjan, salti og pipar yfir og dreypið síðan ólífuolíu yfir. Bætið smá appelsínuberki við hvern lýsingsbita.

d) Setjið bakkann inn í ofn á háa hillu í 10–15 mínútur, eða þar til fiskurinn er eldaður í gegn og spergilkálið aðeins kulnað.

e) Gerðu majónesið á meðan. Setjið eggjarauður, hvítlauk og sinnep í skál. Þeytið vel og hellið svo olíunum tveimur í skálina í léttum straumi á meðan þeytt er stöðugt. Bætið við saffranvatninu og smá salti og pipar og þeytið aftur. Bætið sítrónusafa við eftir smekk.

f) Takið lýsinguna úr ofninum og kreistið appelsínusafann yfir. Látið hvíla í 2–3 mínútur, berið svo fram með stórum saffranmajónesi og sítrónubát á hverjum disk.

57. Saffran kjúklingaflatbrauð með myntujógúrt

Þjónar 2

HRÁEFNI:

- Klípa af saffran
- 1 matskeið sjóðandi vatn
- 500 g beinlaus, roðlaus kjúklingalæri
- 2 hvítlauksrif, afhýdd og mulin
- 1 tsk timjanblöð
- Börkur af 1 sítrónu
- 4 matskeiðar grísk jógúrt
- 1 rauðlaukur, afhýddur og skorinn í 8 báta
- 2 flatkökur
- 2 stórar handfyllingar af blönduðum salatlaufum
- 140 g kirsuberjatómatar, helmingaðir
- 2 matskeiðar stökkur steiktur laukur (fæst í matvöruverslunum),
TIL AÐ BREJA fram (VALFRÆTT)
- Fyrir myntujógúrtina
- 150 g grísk jógúrt
- Lítil handfylli af myntulaufum, smátt skorin
- Sítrónusafi, eftir smekk

LEIÐBEININGAR:

a) Leggið 4 bambusspjót í vatni í að minnsta kosti 30 mínútur.
Forhitið ofninn í 240°C/220°C blástur/gas 9.

b) Notaðu stöpul og mortéli, malaðu saffran í duft, hyldu síðan
með sjóðandi vatni og láttu standa.

c) Skerið kjúklinginn í 5 cm bita og setjið í skál með hvítlauk,
timjan, sítrónubörk og jógúrt. Kryddið með salti og pipar, bætið
saffranvatninu út í og blandið vel saman.

d) Þræðið kjúklingabitana á teinin og skiptið á rauðlauknum. Sett á
eldfast mót og sett á háa hillu í ofni í 12 mínútur.

e) Á meðan skaltu búa til myntujógúrtina. Blandið jógúrtinni
saman við myntuna, bætið sítrónusafa út í eftir smekk og kryddið
með smá salti og pipar. Setjið til hliðar þar til þarf.

f) Setjið flatkökur á bökunarplötu og setjið neðst í ofninn til að hitna í nokkrar mínútur.

g) Forhitið grillið. Þegar kjúklingurinn hefur soðið í 12 mínútur skaltu setja hann undir grillið og elda í 3–4 mínútur í viðbót þar til hann er gullinbrúnn og eldaður í gegn.

h) Setjið flatkökur á diska og dreifið smá af myntujógúrtinni niður í miðjuna. Bætið handfylli af salatblöðunum við hvert og skiptið tómötunum á milli þeirra. Setjið soðnu teina ofan á og stráið steiktum lauk yfir til að bera fram.

58. Marokkósk kjúklingabaka

Þjónar 4

HRÁEFNI:

- 200 g barnagulrætur
- 2 rauðlaukar, afhýddir og hver skorinn í 8 báta
- 2 matskeiðar ólífuolía
- 2 matskeiðar ras-el-hanout
- 200ml kjúklingakraftur
- 150 g kúskús
- 4 kjúklingabringur, húð á
- 2 kúrbít
- 1 x 400 g dós af kjúklingabaunum, skoluð og skoluð
- 50ml vatn
- 4 matskeiðar saxað kóríander
- Sítrónusafi, eftir smekk
- 15 g pistasíuhnetur, gróft saxaðar
- Sjávarsalt og nýmalaður svartur pipar
- Rósablöð, til að bera fram (valfrjálst)

Forhitið ofninn í 220°C/200°C blástur/gas 7.

LEIÐBEININGAR:

a) Þvoið barnagulræturnar, skerið þær stærri í tvennt eftir endilöngu. Setjið í stóra steikarplötu með lauknum. Dreypið 1 matskeið af ólífuolíu yfir og stráið 1 matskeið af ras-el-hanout yfir þar til það er jafnt húðað. Sett í ofninn í 10 mínútur.

b) Hellið kjúklingakraftinum á litla pönnu, setjið yfir meðalháan hita og látið suðuna koma upp. Setjið kúskúsið í skál með smá salti og pipar. Hellið heitu soðinu yfir, hyljið með filmu og setjið til hliðar til að draga í sig vökvann.

c) Skerið kjúklingahýðið með beittum hníf, kryddið síðan með salti og pipar og stráið ½ msk ras-el-hanout yfir.

d) Skerið hvern kúrbít í fernt eftir endilöngu og síðan í 5 cm lengd, stráið síðan ½ matskeiðinni sem eftir er af ras-el-hanout yfir. Takið bakkann úr ofninum og bætið kúrbítunum og kjúklingabaunum út í. Setjið kjúklingabringurnar ofan á og dreypið restinni af matskeiðinni af ólífuolíu yfir. Bætið vatninu við botninn á pönnunni og setjið aftur í ofninn á háu hillu í 15 mínútur.

e) Á meðan skaltu afhjúpa kúskúsið og fleyta því upp með gaffli. Hrærið kóríander út í, bætið síðan sítrónusafa og salti og pipar eftir smekk.

f) Takið steikarbakkann úr ofninum og stráið pistasíuhnetum og rósablöðum yfir (ef það er notað). Komið á borðið og berið fram beint af bakkanum.

59. Buffalo kjúklinga- og gráðostadressing

Þjónar 2

HRÁEFNI:
- 8 mini kjúklingaflök
- 300ml súrmjólk
- 1½ tsk hvítlaukskorn
- 1½ tsk laukduft
- 1 tsk þurrkað timjan ½ tsk cayenne pipar
- Jurtaolía, til steikingar
- 150 g venjulegt hveiti
- 80ml Red-hot Wings sósa
- Sjávarsalt og nýmalaður svartur pipar
- Fyrir dressinguna
- 50 g grísk jógúrt
- 50 g sýrður rjómi
- 1 matskeið majónesi
- 35 g gráðostur, mulinn
- Kreista af sítrónusafa
- 2 klattar af Worcestershire sósu
- Að þjóna
- Sellerístangir
- Lítil gimsteinn salatblöð

leiðbeiningar:
a) Forhitið ofninn í 140°C/120°C blástur/gas 1.
b) Setjið kjúklinginn í skál með súrmjólkinni, hvítlaukskornunum, laukduftinu, timjaninu, cayennepipar og smá salti og pipar. Blandið vel saman.
c) Hitið þriðjungs dýpt af olíu á stórri pönnu í 190°C, eða þar til brauðteningur brúnast á 25 sekúndum.
Á meðan blandarðu öllu hráefninu í dressinguna saman. Kryddið eftir smekk.
d) Setjið hveitið í grunna skál, saltið og piprið og blandið vel saman. Taktu smáflök úr marineringunni, hafðu eins mikið af

súrmjólk á því og hægt er og settu hveitið yfir. Flyttu yfir á disk á meðan þú endurtekur þetta skref með 3 flökum til viðbótar.

e) Þegar olían hefur náð hita, bætið þá húðuðu flökunum varlega út í og eldið í 4–5 mínútur, eða þar til djúpt gullinbrúnt og eldað í gegn. Tæmið á eldhúspappír, setjið síðan yfir á bökunarplötu og setjið inn í ofninn til að halda hita.

f) Hveitið kjúklingaflökin sem eftir eru á meðan þú færð olíuna aftur að hita. Þegar það er orðið nógu heitt skaltu bæta flökunum varlega út í og elda í 4–5 mínútur. Látið renna af á eldhúspappír og haltu svo heitu með hinum flökunum.

g) Hellið Red Hot Wings sósunni og gráðostadressingunni í framreiðsluskálar og berið fram með kjúklingnum með sellerístöngum og salati.

60.   Villtur hvítlaukur kalkúnn Kievs

Þjónar 2

HRÁEFNI:

- 100 g smjör, mjúkt
- 2 matskeiðar gróft saxað estragon
- Börkur af ½ sítrónu
- 2 lítil hvítlauksrif, afhýdd og mulin
- Stór handfylli af villtum hvítlauk, saxaður gróft
- 1 egg
- 50 g venjulegt hveiti
- 50ml mjólk
- 75 g panko brauðrasp
- 1 matskeið fínt söxuð flatblaða steinselja eða dill
- 4 x 100 g kalkúnaskál
- 150 g fínar grænar baunir, snyrtar
- Jurtaolía, til steikingar
- Sjávarsalt og nýmalaður svartur pipar

leiðbeiningar:

a) Setjið smjör, estragon, sítrónubörkur, hvítlauk og villihvítlauk í litla matvinnsluvél. Kryddið með smá salti og pipar og blandið þar til vel blandað saman.

b) Setjið eggið, hveiti og mjólk í grunna skál og þeytið saman til að gera deig.

c) Blandið panko brauðmylsnunni saman við steinseljuna í annarri grunnri skál.

d) Leggðu 2 af skálinni á matarfilmu þannig að þær skarist aðeins. Þeytið þær létt með kökukefli til að tengja þær saman og gera kjötið jafnþykkt.

e) Setjið helminginn af villihvítlaukssmjörinu á annan helminginn af sameinuðu skálinni, skilið eftir 1,5 cm kant í kringum það. Dreifið smá deigi alla leið í kringum brúnirnar, brjótið síðan skálina yfir hvítlaukssmjörið og þrýstið niður til að loka vel. Endurtaktu skref 4 og 5 með afganginum.

f) Dýfðu hverri Kiev í deigið, passið að þeir séu húðaðir jafnt og hyljið síðan panko brauðmylsnuna. Settu þær inn í ísskáp í 5 mínútur.

g) Á meðan skaltu elda grænu baunirnar í sölfu sjóðandi vatni þar til þær eru mjúkar. Tæmið og haldið heitu þar til þarf.

h) Setjið pönnu yfir meðalháan hita og bætið við 2 cm dýpi af olíu. Þegar það er heitt skaltu setja hverja Kiev varlega í olíuna og elda í 3–4 mínútur á hvorri hlið, eða þar til djúpt gullið og eldað í gegn. Tæmið á eldhúspappír og berið fram strax með grænu baununum.

61.   Engiferkjúklingur í kínverskum stíl með hvítlaukshrísgrjónum

Þjónar 4

HRÁEFNI:

- 4 kjúklingabringur, húð á
- 4 cm stykki af ferskum rótarengifer, afhýtt og saxað
- 6 vorlaukar - 4 snyrtir og skornir í tvennt; 2, aðeins grænn hluti, fínt sneið, til að bera fram
- 500ml kjúklingakraftur
- 2 matskeiðar Shaoxing hrísgrjónavín
- 1 msk ljós sojasósa Sjávarsalt
- Fyrir hvítlaukshrísgrjónin
- 260 g jasmín hrísgrjón
- 1 matskeið jurtaolía
- 1 matskeið sesamolía
- 3 stór hvítlauksrif, afhýdd og smátt skorin
- 500ml kjúklingakraftur Klípa af möluðum hvítum pipar

leiðbeiningar:

a) Forhitið ofninn í 200°C/180°C blástur/gas 6.

b) Fjarlægið hýðið af kjúklingabringunum og skafið umframfitu af henni með beittum hníf. Kryddið báðar hliðar húðarinnar með salti og setjið á bökunarplötu. Setjið aðra bökunarplötu ofan á til að halda hýðinu flatt og setjið í ofninn í 12–15 mínútur, eða þar til hún er gullin og stökk. Setjið til hliðar til að kólna.

c) Setjið kjúklingabringurnar, engiferið, vorlaukshelmingana og 500ml kjúklingakraftinn í pott, setjið yfir háan hita og látið suðuna koma upp.

d) Á meðan, þvoðu jasmín hrísgrjónin þrisvar sinnum og skolaðu vandlega. Hitið jurtaolíu og sesamolíu í potti, bætið síðan hvítlauknum út í og eldið í 2 mínútur. Bætið við hrísgrjónunum, 500 ml kjúklingakraftinum og piparnum og látið suðuna koma upp. Setjið lok á pönnuna, lækkið hitann og látið malla í 5–8 mínútur, eða þar til hrísgrjónin eru soðin.

e) Þegar kjúklingapottan er að sjóða, lækkið hitann og látið malla varlega í 5 mínútur. Takið kjúklinginn af pönnunni og setjið til hliðar til að hvíla. Fleygðu vorlauknum og láttu soðið fljótt suðuna aftur. Bætið Shaoxing-víninu og sojasósunni út í og eldið í 5 mínútur í viðbót.

f) Hellið hrísgrjónunum í skálar, skerið síðan kjúklinginn í sneiðar og leggið ofan á. Hellið soðinu yfir og skreytið með vorlauknum. Myljið stykki af kjúklingahýði yfir hverja skál til að bera fram.

62.   Stökk kjúklingalæri með Romesco sósu

Þjónar 2

HRÁEFNI:
- 4 kjúklingalæri, bein í og hýði á
- 2 matskeiðar ólífuolía
- 100 g cavolo nero
- 1 matskeið vatn
- 120g Padrón paprika
- Sjávarsalt og nýmalaður svartur pipar
- Fyrir sósuna
- 150 g ristuð paprika, úr krukku
- 1 hvítlauksgeiri, afhýddur og mulinn
- 20 g ristaðar hvítaðar möndlur
- 1 matskeið sherry edik
- ¼ tsk sæt reykt paprika
- 20 g súrdeigsbrauð, skorpan fjarlægð
- 40ml extra virgin ólífuolía

leiðbeiningar:
a) Forhitið ofninn í 200°C/180°C blástur/gas 6.
b) Kryddið kjúklingalærin með salti og pipar. Settu stóra, ofnfasta pönnu yfir háan hita. Þegar það er heitt, bætið þá 1 matskeið af ólífuolíu út í og setjið kjúklingalærin með skinnhliðinni niður. Lækkið hitann í miðlungs og eldið kjúklinginn í 8 mínútur.
c) Þegar kjúklingaskinnið er orðið gullbrúnt og stökkt, snúið lærunum við og bætið við cavolo nero og vatni. Kryddið með smá salti og pipar og setjið síðan alla pönnuna inn í ofn í 8 mínútur. Á meðan, setjið allt hráefni rómeskósósunnar í litla matvinnsluvél með smá salti og pipar og blandið þar til slétt er.
d) Settu litla steikarpönnu yfir háan hita. Þegar það er mjög heitt skaltu bæta við afganginum af matskeiðinni af ólífuolíu, Padrón paprikunni og strá af salti. Eldið í 4–5 mínútur, eða þar til hýðið á paprikunni hefur myndast og mýkist.
e) Takið kjúklinginn af pönnunni og setjið til hliðar til að hvíla. Blandið cavolo nero út í pönnusafana og berið fram með kjúklingnum, Padrón paprikunni og rausnarlegri skeið af romesco sósunni.

63. <u>Thai chilli og basil kjúklingur</u>

Þjónar 4

HRÁEFNI:

- 350 g jasmín hrísgrjón
- 600ml vatn
- 3 roðlausar, beinlausar kjúklingabringur, fínt skornar
- 5 hvítlauksrif, afhýdd og smátt skorin
- 4 taílenskir fugla-auga chili, fínt skornir
- 1 laukur, afhýddur og skorinn í þykkar sneiðar
- 150g Mjúkt spergilkál, skorið í 5 cm lengdir
- 150 g fínar grænar baunir, snyrtar og helmingaðar
- Um það bil 4 matskeiðar jurtaolía
- 2 matskeiðar ostrusósa
- 1 matskeið sojasósa
- 80ml kjúklingakraftur
- 2 matskeiðar fiskisósa
- 1 matskeið flórsykur
- 1 matskeið maísmjöl
- 1 matskeið vatn
- Stór handfylli af taílenskum basilblöðum
- Lítil handfylli af venjulegum basilíkulaufum
- Sjávarsalt og malaður hvítur pipar

leiðbeiningar:

a) Þvoið hrísgrjónin þrisvar sinnum þar til vatnið verður tært, settu síðan í pott með afmældu vatni og klípu af salti. Látið suðuna koma upp, lækkið hitann niður í vægan hita og setjið lok á pönnuna. Eldið í 10–12 mínútur í viðbót, eða þar til vökvinn er horfinn og hrísgrjónin eru soðin.

b) Á meðan, undirbúið kjötið og allt grænmetið fyrir hrærið. Kryddið kjúklinginn með salti og hvítum pipar.

c) Setjið wok yfir mjög háan hita þar til hún er rjúkandi heit. Bætið 1 matskeið af jurtaolíu út í og hrærið fjórðung af kjúklingnum í 1 mínútu, eða þar til hann hefur brúnast létt. Taktu wokið fljótt af hellunni og færðu kjúklinginn yfir á disk. Setjið wokið aftur á hita og eldið afganginn af kjúklingnum á sama hátt, bætið við meiri olíu eftir þörfum.

d) Blandið saman ostrusósu, sojasósu, kjúklingakrafti, fiskisósu og sykri í lítilli skál. Blandið maísmjölinu saman við vatnið í sérstakri skál.

e) Setjið wokið aftur á hitann, bætið við meiri olíu eftir þörfum, hrærið síðan hvítlaukinn og helminginn af chili í 1 mínútu.

f) Bætið lauknum út í og hrærið í 2 mínútur. Bætið spergilkálinu og grænu baunum út í og eldið í 2 mínútur, bætið við smá vatni ef þær byrja að festast.

g) Setjið kjúklinginn aftur í wokinn og eldið í 2–3 mínútur til viðbótar.

h) Bætið ostrum og sojasósublöndunni í wokið, hrærið síðan maísmjölsmaukinu og taílenskum basilíkublöðum út í og eldið í 1 mínútu í viðbót.

i) Skeið hrísgrjónunum og hrærið í skálar og stráið afganginum af chili og basilíkublöðum yfir áður en þær eru bornar fram.

64. <u>Kjúklingur Ramen</u>

Þjónar 2

HRÁEFNI:
- 2 egg
- 2 matskeiðar jurtaolía
- 2 kjúklingabringur, húð á
- 100 g ramen núðlur
- 2 stórar handfyllingar af barnaspínati
- 2 stórar handfyllingar af baunaspírum
- 1 lítra kjúklingakraftur
- 1 msk hvítt miso-mauk
- 2 tsk dashi duft
- 2 matskeiðar sojasósa
- 3 hvítlauksrif, afhýdd og fínt skorin
- 4 cm stykki af ferskum rótarengifer, afhýtt og saxað
- 2 matskeiðar sake (japanskt hrísgrjónavín)
- 1 langt rautt chilli, fræhreinsað ef þú vilt mildara högg, fínt skorið á horn
- 2 vorlaukar, skornir og fínt skornir á horn
- 1 tsk furikake krydd
- Sjávarsalt og malaður hvítur pipar
- Sesamolía, til að bera fram

leiðbeiningar:
a) Látið suðu koma upp í ketil af vatni, hellið í pott og látið suðuna koma upp aftur við háan hita. Látið eggin varlega ofan í og eldið í 5–6 mínútur fyrir örlítið rennandi eggjarauða.
b) Á meðan, setjið jurtaolíuna í steikarpönnu og setjið yfir háan hita. Kryddið kjúklingabringurnar með salti og smá hvítum pipar og setjið á pönnuna með skinnhliðinni niður. Eldið við meðalhita í 4–5 mínútur á annarri hliðinni.
c) Notaðu skál til að setja eggin yfir í skál með köldu vatni til að stöðva eldun.
d) Bætið smá salti við vatnið í pottinum og látið suðuna koma upp aftur. Bætið núðlunum út í og eldið í 3–4 mínútur, eða þar til þær

eru aðeins mjúkar. Tæmið og skiptið á milli tveggja skála. Bætið handfylli af barnaspínati og handfylli af baunaspírum í hverja skál.

e) Afhýðið eggin varlega og skerið þau í tvennt eftir endilöngu.

f) Hellið kjúklingakraftinum í pott, bætið miso-maukinu, dashi-duftinu og sojasósunni út í og setjið pönnuna yfir meðalhita.

g) Snúðu kjúklingabringunum við og bætið hvítlauknum og engiferinu á pönnuna. Eldið í 2–3 mínútur í viðbót og hrærið oft í hvítlauknum og engiferinu. Bætið Sake út í og eldið í 2 mínútur í viðbót.

h) Þegar kjúklingurinn er eldaður skaltu taka hann af pönnunni til að hvíla. Bætið pönnusafanum ásamt hvítlauknum og engiferinu út í kjúklingakraftinn og hrærið vel.

i) Skerið kjúklinginn í sneiðar og setjið ofan á núðlurnar. Hellið soðinu yfir og skreytið með chilli, vorlauk, örjurtum og furikake kryddi. Bætið helminguðum eggjum í skálarnar, dreypið smá sesamolíu yfir og berið fram.

65. Steiktar andabringur með Pak Choi

Þjónar 4

HRÁEFNI:

- 4 andabringur
- 4 pak choi, helmingaður
- 250 ml appelsínusafi
- 50ml sojasósa
- 2 cm stykki af ferskum rótengifer, afhýtt og rifið
- 50 g smjör
- 50g rennandi hunang
- 1 msk svört og hvít sesamfræ
- Sjávarsalt og nýmalaður svartur pipar
- Soðin hrísgrjón, til að bera fram

leiðbeiningar:

a) Hitið ofninn í 200°C/180°C blástur/Gas 6 og setjið bökunarplötu inni til að hitna.

b) Notaðu mjög beittan hníf til að skera húðina á andabringurnar í ská línur, fyrst í aðra áttina, síðan hina svo þú hafir tígulmynstur. Kryddið vel með salti og pipar.

c) Setjið andabringurnar, með skinnhliðinni niður, í eldfasta pönnu. Setjið pönnuna yfir meðalháan hita og eldið í 7 mínútur, eða þar til fitan hefur losnað og hýðið er stökkt og gullið.

d) Snúið andabringunum við og setjið pönnuna inn í ofn í 3–4 mínútur. Færið öndina yfir á heitan disk og látið hvíla í 2–3 mínútur.

e) Á meðan skaltu setja pönnuna aftur á helluna og bæta við helmingnum pak choi. Eldið í 2 mínútur, eða þar til það byrjar að litast, bætið þá appelsínusafanum, sojasósunni, engiferinu og smjörinu út í og látið sjóða. Hrærið hunanginu saman við og dragið niður í þykka sósu.

f) Til að bera fram skaltu skera öndina í horn og diska upp með pak choi og soðnum hrísgrjónum. Hellið sósunni yfir og stráið sesamfræjunum yfir áður en hún er borin fram.

66. Pancetta-vafinn gíneufugl með gulrótum

Þjónar 2

HRÁEFNI:

- 12 þunnar sneiðar af pancetta
- 2 roðlausar perluhænsnabringur
- 1 matskeið mild ólífuolía
- 1 banani skalottur, afhýddur og smátt saxaður
- 1 tsk heilkorns sinnep
- 1 tsk Dijon sinnep
- 1 tsk timjanblöð
- 50ml þurrt hvítvín
- 150ml kjúklingakraftur
- 125ml tvöfaldur rjómi
- Fyrir gljáðu gulræturnar
- 300 g Chantenay gulrætur
- 40 g smjör
- 250ml kjúklingakraftur
- 1 tsk hunang
- 1 matskeið fínt söxuð flatblaða steinselja
- Sjávarsalt og nýmalaður svartur pipar

leiðbeiningar:
a) Forhitið ofninn í 220°C/200°C blástur/gas 7.
b) Þvoið gulræturnar og setjið þær á stóra pönnu ásamt smjöri, kjúklingakrafti og hunangi. Saltið og piprið aðeins og setjið yfir háan hita. Látið suðuna koma upp, lækkið hitann niður í kröftugan krauma og sjóðið í um það bil 15 mínútur, hrærið af og til þar til gulræturnar eru orðnar meyrar.
c) Á meðan skaltu leggja 6 sneiðar af pancetta á skurðbretti og skarast þær aðeins. Kryddið perluhænsnabringurnar og setjið eina þeirra í miðja pancettu. Vefðu pancettunni utan um hana, endurtaktu síðan þetta skref með því síðara.
d) Setjið eldfasta pönnu yfir háan hita. Þegar það er heitt, bætið við olíunni og síðan perluhænsunum og steikið í 2–3 mínútur á

hvorri hlið, eða þar til pancettan er gullinbrún yfir öllu. Færið yfir á litla bökunarplötu og setjið í ofninn í 5 mínútur.

e) Setjið pönnuna aftur á hita, bætið skalottlaukur út í og eldið í 2 mínútur, eða þar til það er mjúkt. Hrærið sinnepinu og timjanblöðunum út í, bætið svo víninu út í og leyfið því að minnka um helming við háan hita. Bætið soðinu og rjómanum út í, kryddið með smá salti og pipar og dragið úr þar til sósan þykknar.

f) Takið perluhænsna úr ofninum, haldið heitum og látið standa í 10 mínútur.

g) Athugaðu gulræturnar - þær eiga að vera soðnar og sósan ætti að vera komin í gljáa. Hrærið steinseljunni út í og takið pönnuna af hellunni.

h) Berið perluhænsnabringurnar fram með gljáðum gulrótunum, hellið sósunni yfir eða berið hana fram í litlu meðlæti.

SÚPUR

67. Blómkálssúpa með ostabrauði

Þjónar 4

HRÁEFNI:
- 2 matskeiðar ólífuolía
- 20 g smjör
- 1 laukur, afhýddur og smátt saxaður
- 2 hvítlauksrif, afhýdd og skorin í sneiðar
- Lítil handfylli af salvíulaufum
- 1 x 800 g blómkál
- 500ml kjúklinga- eða grænmetiskraftur
- 200ml nýmjólk
- 200ml tvöfaldur rjómi
- Sjávarsalt og nýmalaður pipar
- Fyrir brúna smjörið
- 40 g smjör
- 1 matskeið truffluolía
- Handfylli af salvíulaufum
- Fyrir ostabrauðin
- 4 sneiðar af baguette, fínt skornar á ská
- 120g rifinn ostablanda (mozzarella, cheddar, blár og Gruyère, eða sambland af því sem þú átt í ísskápnum)

leiðbeiningar:
a) Forhitið grillið.
b) Setjið stóran pott yfir meðalhita og bætið olíu og smjöri út í. Þegar smjörið hefur bráðnað, bætið þá lauknum og hvítlauknum út í og steikið í 5 mínútur. Bætið salvíublöðunum út í og eldið í eina mínútu til viðbótar.
c) Á meðan, undirbúið blómkálið með því að fjarlægja blöðin og aðskilja blómkálið. Skerið þær gróft í litla bita af sömu stærð.
d) Bætið söxuðu blómkálinu og soðinu út á pönnuna. Kryddið með salti og pipar, látið suðuna koma upp og látið malla í 5 mínútur. Bætið mjólkinni og rjómanum út í og látið malla í 8 mínútur til viðbótar.

162

e) Gerðu brúna smjörið á meðan. Setjið smjörið í lítinn pott og setjið það yfir háan hita. Þegar það byrjar að brúnast, takið pönnuna af hellunni og bætið við truffluolíu og salvíulaufum. Hrærið vel og látið kólna.

f) Gerðu nú ristað brauð. Leggið baguette sneiðarnar á bökunarplötu og grillið í 2–3 mínútur, eða þar til þær eru létt gylltar á annarri hliðinni. Snúið hverri sneið við og stráið síðan rifnum osti yfir. Settu aftur undir grillið í 4 mínútur til viðbótar, eða þar til osturinn er bráðinn og gullinn.

g) Þegar blómkálið er soðið, blandið blöndunni saman með stavblanda þar til hún er slétt. Athugaðu kryddið og stilltu til eftir þörfum. Hellið súpunni í skálar og hellið brúnt smjöri og salvíublöðum yfir. Berið fram með ostabrauðinu til hliðar.

68. Kjúklinga- og Shiitake núðlusúpa

Þjónar 4

HRÁEFNI:
- 1,5 lítra kjúklingakraftur
- 4 kjúklingalæri, húð á
- 12 þurrkaðir shiitake sveppir
- 2–3 cm stykki af ferskum engiferrótum, afhýtt og saxað
- 1 stjörnu anís
- 2 vorlaukar, snyrtir og skornir í tvennt
- 100ml Shaoxing hrísgrjónavín
- 180 g eggjanúðlur
- 2 matskeiðar sojasósa
- 200g choi sum
- Sjávarsalt og malaður hvítur pipar
- Að þjóna
- 80 g bambussprotar
- Asískar örjurtir eða kóríanderlauf
- 2 tsk sesamolía

leiðbeiningar:
a) Setjið pott yfir háan hita. Hellið kjúklingakraftinum út í og bætið svo kjúklingalærunum og sveppunum út í.
b) Bætið engiferinu á pönnuna ásamt stjörnuanís, vorlauk og hrísgrjónavíni. Kryddið með stórri klípu af sjávarsalti og smá klípu af hvítum pipar.
c) Látið suðuna koma upp, fjarlægið öll óhreinindi sem gætu komið upp á yfirborðið. Þegar það hefur sjóðað, lækkið hitann niður í kröftugan krauma og eldið í 10 mínútur.
d) Á meðan skaltu koma upp suðu í ketil af vatni. Hellið í hreinan pott við háan hita og kryddið með salti. Bætið núðlunum út í og eldið í 3–4 mínútur, eða þar til þær eru aðeins mjúkar. Tæmdu núðlurnar og haltu þeim undir rennandi köldu vatni þar til þær eru kólnar. Tæmið aftur og setjið til hliðar þar til þarf.
e) Fjarlægðu kjúklingalæri úr soðinu og athugaðu hvort það sé soðið í gegn með því að stinga þykkasta hlutann með oddinum á

beittum hníf; safinn ætti að renna tær án þess að vera bleikur. Ef eldað er skaltu fjarlægja alla kjúklingabitana og sveppina úr soðinu og setja til hliðar.

f) Fjarlægðu stjörnuanís, engifer og vorlauk úr soðinu með skálinni og settu það aftur á háan hita. Bætið sojasósunni út í og smakkið til.

g) Saxið choi sum í 7 cm lengd og aðskilið stilkana frá laufléttu hlutunum. Bætið stilkunum í pottinn og leyfið að malla í 2 mínútur.

h) Fjarlægðu hýðið af kjúklingalærunum og rífðu kjötið í sundur og fargaðu beinunum.

i) Bætið choi suminu út í soðið og slökkvið á hitanum.

j) Skiptið núðlunum á milli fjögurra skála og toppið með shiitake sveppunum, kjúklingnum og choi sum og hellið svo yfir soðið.

k) Skreytið með bambussprotum og örjurtum og skvettu af sesamolíu.

69. Sellerí og eplasúpa með muldum valhnetum

Fyrir 4-6

HRÁEFNI:

- 1 laukur, afhýddur og saxaður gróft
- 1 sellerí (600–800 g), afhýdd og skorin í teninga
- 2 Cox's epli, afhýdd, kjarnhreinsuð og grófsöxuð
- 2 matskeiðar ólífuolía
- 1 msk timjanblöð
- 1 lítri grænmetiskraftur
- Sjávarsalt og nýmalaður svartur eða hvítur pipar
- Að þjóna
- Stór handfylli af valhnetum, gróft saxaðar
- Extra virgin ólífuolía, til að drekka

leiðbeiningar:

a) Undirbúið laukinn, selleríið og eplin eins og upptalið er.

b) Setjið stóran pott yfir meðalhita og bætið ólífuolíu út í. Þegar hann er heitur, bætið lauknum við með klípu af salti og eldið í 4–5 mínútur, eða þar til hann er mjúkur en ekki litaður.

c) Bætið selleríinu, eplum og timjanlaufum út í og eldið í 5 mínútur.

d) Hellið grænmetiskraftinum út í og látið suðuna koma upp. Haltu áfram að malla í 5 mínútur í viðbót, eða þar til selleríið er mjúkt.

e) Takið pönnuna af hellunni og notið stavblanda til að blanda vel saman. Kryddið með salti og pipar, smakkið til og bætið meira kryddi við eftir þörfum.

f) Hellið í volgar skálar, stráið söxuðum valhnetum yfir og dreypið smá extra virgin ólífuolíu yfir áður en borið er fram.

70. Kryddskvass og linsubaunasúpa

Þjónar 4

HRÁEFNI:
- 1 matskeið létt ólífuolía
- 40 g smjör
- 1 laukur, afhýddur og skorinn í teninga
- 1 tsk kúmenfræ
- 4 hvítlauksrif, afhýdd
- 5 cm stykki af ferskum engiferrót, afhýdd
- 2 rauð chili, fræhreinsuð ef þú vilt mildara högg
- 1 tsk milt karrýduft 1kg butternut squash
- 1,2 lítrar kjúklinga- eða grænmetiskraftur
- 250 g rauðar linsubaunir
- 250ml kókosrjómi
- Sjávarsalt og nýmalaður svartur pipar
- Til að skreyta
- 2 matskeiðar létt ólífuolía
- 1 tsk kúmenfræ
- Stór handfylli af ferskum karrýlaufum
- ½ tsk milt karrýduft
- 1 rautt chilli, fræhreinsað ef þú vilt mildara högg, fínt skorið

leiðbeiningar:

a) Hitið olíu og smjör í stórum potti við meðalhita. Þegar smjörið hefur bráðnað, bætið þá lauknum og kúmenfræjunum út í og eldið í 2–3 mínútur.

b) Á meðan skaltu setja hvítlauk, engifer og chili í litla matvinnsluvél og blanda saman í deig. Bætið þessu á pönnuna ásamt karrýduftinu og eldið í 2–3 mínútur í viðbót.

c) Undirbúið squashið með því að afhýða hýðið og fjarlægja öll fræin með skeið. Skerið holdið í 1 cm teninga og bætið á pönnuna ásamt soðinu. Hækkið hitann í háan og látið suðuna koma upp.

d) Bætið linsunum út í og eldið í 10 mínútur.

e) Setjið kókosrjómann í litla skál og þeytið þar til það er slétt. Geymið 6 matskeiðar fyrir skreytið og bætið afganginum á pönnuna. Eldið við háan hita, þar til graskerið er mjúkt og linsurnar soðnar.

f) Á meðan súpan er að eldast, hitið olíuna fyrir skreytið á lítilli pönnu. Þegar það er heitt, bætið þá kúmenfræunum, karrýlaufunum og karrýduftinu út í. Hrærið vel og takið síðan pönnuna af hitanum.

g) Notaðu stavblöndunartæki, blandaðu súpunni þar til hún er mjúk, kryddaðu síðan með salti og pipar og helltu í einstakar skálar. Dreypið kókosrjómanum og karrýolíu yfir. Stráið nokkrum sneiðum af rauðu chili yfir áður en það er borið fram.

PASTA OG KORN

71. <u>Cacio e Pepe með parmesan stökkum</u>

Þjónar 2

HRÁEFNI:

- 60 g parmesanostur, fínt rifinn
- 200 g bucatini
- 1½ tsk svört piparkorn
- 100 g smjör
- 20 g pecorino ostur, fínt rifinn
- Sjó salt

leiðbeiningar:

a) Hitið ofninn í 200°C/180°C blástur/Gas 6. Klæðið bökunarpappír á bökunarplötu.

b) Til að búa til hrökk, taktu helminginn af parmesan og settu hann í fjóra jafna hrúga á tilbúna bakkann. Setjið á háa hillu í ofninum í 10–12 mínútur, eða þar til parmesaninn er orðinn gullinbrúnn. Setja til hliðar.

c) Látið suðu koma upp í ketil af vatni. Fylltu pottinn að hálfu með því, kryddaðu með salti og suðu aftur upp. (Mikilvægt er að bæta aðeins nægu vatni til að það hylji pastað svo vatnið verði sem sterkastætt.) Bætið pastanu út í, hrærið vel og eldið í 10 mínútur, eða þar til það er al dente.

d) Á meðan, ristaðu piparkornin á þurri pönnu þar til arómatísk. Notaðu stöpul og mortéli til að mala þau gróft.

e) Setjið stóra suðupönnu yfir meðalhita og bræðið smjörið í henni. Bætið möluðum pipar út í og látið smjörið freyða, bætið svo sleif af pastavatninu út í og látið suðuna koma upp. Snúðu pönnunni eða þeyttu innihaldinu til að fleyta sósuna.

f) Takið pastað úr vatninu með töng og bætið því út í sautépönnuna með annarri sleif af vatninu og parmesan sem eftir er. Hrærið vel til að hjúpa og bætið við meira pastavatni ef þarf.

g) Bætið pecorino og salti saman við og blandið pönnunni saman.

h) Berið fram í skálum með parmesan stökkunum mulið ofan á.

72.   Tómatar, Mascarpone og Pancetta Rigatoni

Þjónar 4
HRÁEFNI:
- 3 matskeiðar ólífuolía
- 250 g pancetta í teningum eða reykt beikon
- 1 stór laukur, afhýddur og smátt skorinn
- 3 hvítlauksrif, afhýdd og smátt skorin
- 1 tsk ítalskt krydd
- 100g sun blush tómatar, gróft saxaðir
- 1 x 400 g dós af saxuðum tómötum
- 200ml kjúklingakraftur
- 200 g mascarpone ostur
- 400 g rigatoni
- 20 g parmesanostur, fínt rifinn, auk auka til að bera fram
- Lítil handfylli af basilíkulaufum, grófsöxuð
- Sjávarsalt og nýmalaður svartur pipar

leiðbeiningar:

a) Setjið stóra suðupönnu yfir meðalháan hita og bætið olíunni út í. Þegar það er heitt, bætið pancettunni út í og eldið í 3–4 mínútur, eða þar til hún er stökk og gullin. Takið stóra skeið af pönnunni og hellið af á eldhúspappír og setjið svo til hliðar til að nota sem skraut.

b) Bætið lauknum á pönnuna og steikið þar til hann er mjúkur, bætið þá hvítlauknum út í og steikið í 2 mínútur.

c) Hrærið ítalska kryddinu saman við, bæði fullt af tómötum, kjúklingakraftinum og mascarpone. Látið sjóða rólega og eldið í 10 mínútur, eða þar til það hefur þyknað aðeins.

d) Á meðan skaltu koma upp suðu í ketil af vatni. Hellið í pott, kryddið með salti og látið suðuna koma upp aftur. Bætið pastanu út í, hrærið síðan og eldið í 10 mínútur, eða þar til það er al dente. Tæmdu pastað, geymdu vatnið.

e) Bætið pastanu út í sósuna og hrærið vel til að hjúpa. Bætið sleif af pastavatninu út í ef þarf. Kryddið eftir smekk, bætið svo parmesan og basil og hrærið aftur.

f) Berið fram í volgum skálum og stráið frátekinni pancettu yfir og aðeins meira af parmesan.

73. Linguine Vongole með Nduja og kirsuberjatómötum

Þjónar 4

HRÁEFNI:

- 200ml þurrt hvítvín
- 1,5 kg samloka, skoluð og öllum lokuðum þeim fargað
- 3 matskeiðar ólífuolía
- 2 banani skalottlaukur, afhýddir og smátt skornir
- 6 hvítlauksrif, afhýdd og skorin smátt
- 80g nduja pylsa
- 250 g plómutómatar, helmingaðir
- 400 g linguine
- 2 litlar handfyllir af steinselju, smátt saxað, auk auka til að bera fram
- Sjávarsalt og nýmalaður svartur pipar

leiðbeiningar:

a) Setjið pott sem er með þétt loki yfir háan hita þar til hann er rjúkandi heitur. Á meðan skaltu klæða sigil með múslíni eða nýjum J-klút og setja það yfir aðra pönnu.

b) Hellið víninu í rjúkandi pönnuna, bætið samlokunum út í, hyljið síðan með loki og eldið í 3–4 mínútur þar til samlokurnar hafa opnast. Sigtið í gegnum tilbúið sigti.

c) Setjið stóra suðupönnu yfir meðalhita, bætið ólífuolíu og skalottlaukum út í og eldið í 2 mínútur. Bætið hvítlauknum út í og eldið í 2 mínútur í viðbót.

d) Hækkið hitann, bætið nduja út í og brjótið það upp með skeið. Eldið í 2 mínútur í viðbót, hellið síðan samlokulíkjörnum út í og eldið í 5 mínútur áður en tómötunum er bætt út í.

e) Látið suðu koma upp í ketil af vatni, hellið því síðan í pott, kryddið með salti og suðu aftur upp. Bætið pastanu út í og eldið í 10 mínútur, eða þar til al dente.

f) Á meðan sósan er að malla og pastað er að eldast skaltu velja kjötið af öllum samlokum nema tugum eða svo.

g) Þegar pastað er tilbúið skaltu tæma það í sigti og geyma eldunarvatnið. Bætið pastanu út í sósuna ásamt sleif af vatninu, samlokukjötinu og steinseljunni. Hrærið pönnuna vel til að hjúpa pastað með sósunni.

h) Kryddið eftir smekk og berið síðan fram í volgum skálum, skreytt með samlokunum í skelinni og smá steinselju til viðbótar.

74. <u>Krabbi og kúrbít Spaghetti</u>

Þjónar 2

- 200 g spaghetti
- 2 matskeiðar ólífuolía
- 1 banani skalottur, afhýddur og smátt saxaður
- 3 hvítlauksrif, afhýdd og fínt skorin
- 1 langt rautt chilli, fræhreinsað ef þú vilt mildara högg, smátt saxað
- 50ml þurrt hvítvín
- 300 g kúrbít, rifinn eða niðurskorinn
- 50 g brúnt krabbakjöt
- 100 g crème fraîche
- 150 g hvítt krabbakjöt
- Börkur af 1 sítrónu
- 2 matskeiðar gróft saxað dill
- 40 g smjör, skorið í teninga
- Sjávarsalt og nýmalaður svartur pipar

leiðbeiningar:
a) Látið suðu koma upp í ketil af vatni. Hellið í pott, kryddið með salti og látið suðuna koma upp aftur. Bætið pastanu út í og eldið í 10 mínútur, eða þar til al dente.
b) Á meðan skaltu setja stóra steikingarpönnu yfir miðlungsháan hita og bæta við olíunni. Þegar það er heitt, bætið skalottlaukanum út í og eldið í 2 mínútur.
c) Bætið hvítlauknum og chilli út í og eldið í 2 mínútur til viðbótar. Hellið hvítvíninu út í, aukið hitann í háan og eldið þar til vínið minnkar um helming.
d) Bætið kúrbítunum, brúnað krabbakjöti og crème fraîche út í og hrærið vel.
e) Tæmdu spagettíið, geymdu vatnið. Bætið pastaðinu á pönnuna ásamt hálfri sleif af matreiðsluvatninu, hvíta krabbakjötinu, sítrónuberkinum, hálfu dilliinu og smjörinu og eldið í 1 mínútu. Hrærið pastanu til að tryggja að það sé vel húðað með sósunni og kryddið eftir smekk.
f) Berið fram í skálum, stráð af dilli yfir.

75. Farfalle með brúnt smjöri, baunum og salvíu

Þjónar 4

HRÁEFNI:
- 400g farfalle
- 250 g ferskar baunir
- 80 g parmesanostur, rifinn, auk auka til að bera fram
- Sjávarsalt og nýmalaður svartur pipar
- Fyrir brúna smjörið
- 200 g smjör
- Stór handfylli af salvíulaufum
- 3 hvítlauksrif, afhýdd og smátt skorin

leiðbeiningar:

a) Látið suðu koma upp í ketil af vatni. Fylltu pottinn að hálfu með því, kryddaðu með salti og suðu aftur upp. (Mikilvægt er að bæta aðeins nægu vatni til að það hylji pastað svo vatnið verði sem sterkastætt.) Bætið pastanu út í, hrærið vel og eldið í 10 mínútur, eða þar til það er al dente.

b) Á meðan er smjörið sett á pönnu og sett á háan hita. Þegar það byrjar að brúnast, takið þá af hellunni, bætið salvíublöðunum og hvítlauknum út í og hrærið vel.

c) Tæmdu pastað, geymdu eldunarvatnið.

d) Hellið sleif af afteknu vatni í sautépönnuna og bætið baunum út í. Setjið pönnuna aftur á hita og eldið í 1–2 mínútur, hrærið stöðugt í.

e) Bætið pastanu og parmesan saman við og hrærið vel. Bætið aðeins meira pastavatni við ef þarf og kryddið eftir smekk.

f) Berið fram í volgum skálum með ívafi af svörtum pipar og auka parmesan stráð yfir.

76. Porcini Tagliatelle með furuhnetum

Þjónar 2

HRÁEFNI:
- 15 g þurrkaðir sveppir
- 200 g tagliatelle
- 30 g furuhnetur
- 1 matskeið ólífuolía
- 60 g smjör
- 1 banani skalottur, afhýddur og smátt saxaður
- 2 hvítlauksrif, afhýdd og smátt skorin
- 100ml þurrt hvítvín
- 200 g ferskir sveppir, helst sveppir eða villtir, fínt sneiðar
- 2 matskeiðar smátt saxað estragon
- 25 g parmesanostur, fínt rifinn, auk auka til að bera fram
- 1 msk flatblaða steinselja, gróft söxuð
- 3 matskeiðar crème fraîche
- Sjávarsalt og nýmalaður svartur pipar

leiðbeiningar:
a) Látið suðu koma upp í ketil af vatni. Setjið þurrkað svínarí í litla, hitaþolna skál og bætið við nógu miklu sjóðandi vatni til að hylja þau. Hyljið með matfilmu og setjið til hliðar.
b) Hellið því sem eftir er af sjóðandi vatni í pott, bætið við smá salti og suðu aftur upp. Bætið pastanu út í og eldið í 7–10 mínútur, eða þar til al dente.
c) Á meðan skaltu setja furuhneturnar í þurra pönnu og setja yfir meðalhita og hrista pönnuna þar til þær eru létt ristaðar. Setjið til hliðar þar til þarf.
d) Setjið ólífuolíuna og helminginn af smjörinu á pönnu og setjið yfir lágan hita. Þegar smjörið hefur bráðnað, bætið við skalottlaukanum og eldið varlega í 2–3 mínútur. Bætið hvítlauknum út í og eldið varlega í 2 mínútur í viðbót.
e) Hækkið hitann í háan, bætið hvítvíninu út í og látið minnka um helming.

f) Sigtið vökvann úr bleytu sveppunum beint á pönnuna, saxið síðan vökvaða sveppina gróft og bætið þeim líka út í. Þegar vökvinn hefur minnkað um helming er ferskum sveppum og estragon bætt út í og hrært vel þar til sveppirnir hafa mýkst.

g) Tæmdu pastað, geymdu vatnið. Bætið pastanu við sveppablönduna, hrærið síðan parmesan, steinselju og smjörinu sem eftir er saman við, ásamt smá af afteknu vatni, ef þarf.

h) Kryddið pastað eftir smekk, hrærið crème fraîche út í og berið fram í skálum, stráð yfir auka parmesan og furuhnetunum.

77. **Saffran Orzo með kalkúnakjötbollum**

Þjónar 4

HRÁEFNI:
- 500 g hakkað kalkúnalæri
- 40 g parmesanostur, fínt rifinn, auk auka til að bera fram
- 3 matskeiðar flatblaða steinselja, smátt söxuð
- Börkur af 1 sítrónu
- 1 egg, létt þeytt
- 50 g ferskt brauðrasp
- 50 g venjulegt hveiti
- 1 matskeið ólífuolía
- 220ml kjúklingakraftur
- Sjávarsalt og nýmalaður svartur pipar
- Fyrir saffran orzo
- 80 g smjör
- 2 banani skalottlaukur, afhýddir og smátt skornir
- 2 hvítlauksrif, afhýdd og smátt skorin
- Klípa af möluðu saffran
- 1 lítra kjúklingakraftur
- 400 g orzo
- 2 matskeiðar smátt skorin oregano lauf
- 20 g parmesanostur, fínt rifinn

leiðbeiningar:
a) Setjið kalkúnhakkið, parmesan, steinselju, sítrónubörk, egg og brauðrasp í stóra skál og kryddið með salti og pipar. Blandið vel saman og skiptið í 24 kjötbollur á stærð við valhnetur. Setjið í ísskáp þar til þarf.
b) Til að búa til orzo, bræðið helminginn af smjörinu á stórri suðupönnu við meðalhita. Bætið skalottlauknum út í og eldið í 2 mínútur, bætið síðan hvítlauknum út í og steikið í 2 mínútur til viðbótar.
c) Bætið saffran og lítra af soði út í og látið suðuna koma upp. Hellið orzo út í og eldið í 10 mínútur, eða þar til al dente, hrærið af og til.

d) Takið kjötbollurnar úr ísskápnum og hjúpið hverja létt með hveiti. Settu stóra pönnu sem festist ekki við háan hita. Þegar það er heitt, hellið ólífuolíu út í, bætið kjötbollunum út í og eldið þar til þær eru gullinbrúnar yfir allt.

e) Hellið 220ml soðinu á pönnuna, látið suðuna koma upp og eldið kjötbollurnar varlega í 5 mínútur í viðbót, eða þar til soðið er í gegn og sósan hefur þykknað.

f) Þegar orzo er tilbúið, hrærið oregano út í, bætið svo parmesan og 40 g smjöri sem eftir eru. Kryddið eftir smekk og berið fram í volgum skálum með kalkúnakjötbollunum og smá parmesan ofan á.

78. Rækjusteikt hrísgrjón að kóreskum stíl

Þjónar 4
HRÁEFNI:
- 2 egg, létt þeytt
- 2 matskeiðar jurtaolía
- 2 matskeiðar sesamolía
- 400 g skrældar hráar tígrisrækjur, skornar í tvennt eftir endilöngu
- 2 matskeiðar gochujang chilipasta
- 3 x 250g pakkar af tilbúnum langkorna- og villihrísgrjónum
- 2 matskeiðar sojasósa
- 1 msk fiskisósa
- 2 stórar handfyllingar af baunaspírum
- 150 g frosnar baunir
- Sjávarsalt og malaður hvítur pipar
- Að þjóna
- 100 g kimchi, gróft saxað
- 1 tsk svört sesamfræ
- Stór handfylli af stökkum steiktum lauk (fæst í matvöruverslunum)
- 4 vorlaukar, skornir og fínt skornir á horn
- Sriracha chilli sósa

leiðbeiningar:

a) Settu stóra, non-stick wok við háan hita. Kryddið eggin með salti og hvítum pipar.

b) Bætið helmingnum af olíunum tveimur á pönnuna, hrærið í kring til að hjúpa, hellið síðan eggjunum út í. Eldið í 1 mínútu, hrærið varlega til að brjóta þær í bita, rennið þeim síðan á disk.

c) Settu wokið aftur á háan hita. Þegar það er heitt, bætið þá olíunni sem eftir er út í, síðan rækjunum og hrærið í 1–2 mínútur. Bætið gochujang-maukinu út í og hrærið vel.

d) Bætið hrísgrjónunum, sojasósunni og fiskisósunni út í og hrærið í 2–3 mínútur í viðbót. Setjið eggin aftur á pönnuna, bætið baunaspírunum og baunum út í og hrærið síðan í 2–3 mínútur til viðbótar.

e) Berið hrísgrjónin fram í volgum skálum, skreytt með kimchi, sesamfræjum, stökkum lauk, vorlauk og skvettu af sriracha

SALÖT OG MEÐBÆR

79. Spíra með grænum baunum

HRÁEFNI:

- 600 g rósakál, skorið í fjórða og skorið.
- 600 g grænar baunir.
- 1 matskeið ólífuolía.
- Börkur og safi 1 sítróna.
- 4 matskeiðar ristaðar furuhnetur.

LEIÐBEININGAR:

a) Eldið í nokkrar sekúndur, bætið síðan grænmetinu út í og hrærið í 3-4 mínútur þar til spírarnir litast aðeins.

b) Bæta við kreista af sítrónusafa og salti og pipar eftir smekk.

80. Sveppir pilaf

Gerir 2

HRÁEFNI:
- 1 bolli hampi fræ
- 2 matskeiðar Kókosolía
- 3 meðalstórir sveppir, smátt skornir
- ¼ bolli sneiðar möndlur
- ½ bolli grænmetissoð
- ½ tsk hvítlauksduft
- ¼ tsk þurrkuð steinselja
- Salt og pipar eftir smekk

LEIÐBEININGAR:

a)   Hitið kókosolíuna á pönnu við meðalhita og leyfið henni að sjóða. Bætið sneiðum möndlunum og sveppunum á pönnuna þegar það er byrjað að freyða.

b)   Bætið hampfræjum á pönnuna eftir að sveppirnir eru orðnir mjúkir. Blandið öllu vandlega saman.

c)   Bætið soðinu og kryddinu út í.

d)   Lækkið hitann í miðlungs-lágan og látið soðið liggja í bleyti og malla.

81. Steikt grænkálsspírur

Gerir 2

HRÁEFNI:

- ½ poki Grænkálsspírur
- Olía til djúpsteikingar
- Salt og pipar eftir smekk

LEIÐBEININGAR:

a)	Hitið olíuna í djúpsteikingarpotti þar til hún er heit.

b)	Setjið grænkálsspírurnar í steikingarkörfuna.

c)	Haltu áfram að elda grænkálsspírurnar þar til brúnir perunnar eru brúnir og blöðin dökkgræn.

d)	Taktu úr körfunni og tæmdu umfram fitu á pappírshandklæði.

e)	Saltið og piprið eftir smekk og njótið!

82. Grillað grænmeti

Gerir 6 skammta

HRÁEFNI:

- 2 meðalstór kúrbít
- 8 aura sveppir
- 2 paprikur
- 4 matskeiðar avókadóolía
- ½ tsk þurrkað oregano
- ½ tsk þurrkuð basil
- ¼ tsk hvítlauksduft
- ½ tsk þurrkað rósmarín

LEIÐBEININGAR:

a)   Blandið olíunni saman við þurrkað krydd. Bætið við smá salti og pipar.

b)   Kasta grænmetinu með marineringunni og látið standa í 10 mínútur eða lengur á meðan þú hitar grillið.

c)   Grillaðu grænmetið við frekar heitan hita. Eldið grænmetið þar til það er mjúkt-stökkt og berið fram!

83. <u>Blandað grænt salat</u>

Gerir 1

HRÁEFNI:
Salat
- 2 aura blandað grænmeti
- 3 matskeiðar furuhnetur eða möndlur, ristaðar
- 2 matskeiðar af æskilegri vínaigrette
- 2 matskeiðar rakaður parmesan
- 1 avókadó, hola og hýðið fjarlægt og skorið í sneiðar
- Salt og pipar eftir smekk

LEIÐBEININGAR:
a)   Til að bera fram: Hellið grænmetinu saman við furuhneturnar og vínaigrettuna.
b)   Kryddið með salti og pipar eftir smekk og skreytið með parmesanosti.
c)   Njóttu.

84. Tofu og bok choy salat

Gerir 3

HRÁEFNI:
- 15 aura Extra Fast Tofu
- 9 aura Bok Choy

Marinade
- 1 matskeið sojasósa
- 1 matskeið sesamolía
- 1 matskeið Vatn
- 2 tsk hakkaður hvítlaukur
- Safi ½ sítróna

Sósa
- 1 stilkur Grænn laukur
- 2 matskeiðar Cilantro, saxað
- 3 matskeiðar Kókosolía
- 2 matskeiðar sojasósa
- 1 matskeið Sriracha
- 1 matskeið hnetusmjör
- Safi ½ lime
- 7 dropar Liquid Stevia

LEIÐBEININGAR:
a) Forhitið ofninn í 350 gráður Fahrenheit.
Blandið öllu marineringunni saman í blöndunarskál (sojasósa, sesamolía, vatn, hvítlauk og sítróna).
b) Skerið tófúið í ferninga og blandið saman við marineringuna í plastpoka. Marinerið í 10 mínútur eða lengur.
c) Fjarlægðu Tofu og bakaðu í 15 mínútur á ofnplötu.
Blandið öllu hráefninu í sósuna saman í blöndunarskál.
d) Taktu tófúið úr ofninum og blandaðu tófúinu, bok choy og sósu saman í salatskál.

85. Thai quinoa salat

Fyrir salatið:
- ½ bolli soðið kínóa Ég notaði blöndu af rauðu og hvítu.
- 3 matskeiðar rifnar gulrót.
- 2 matskeiðar rauð paprika, varlega skorin í sneiðar.
- 3 matskeiðar agúrka, fínt skorin.
- Ef það er frosið, ½ bolli edamame afþíðað.
- 2 laukar, smátt saxaðir.
- ¼ bolli rauðkál, fínt skorið.
- 1 matskeið kóríander, varlega saxað.
- 2 matskeiðar ristaðar jarðhnetur, saxaðar (má sleppa).
- Að smakka salt.

Tælensk hnetusósa:
- 1 msk rjómalöguð náttúrulegt hnetusmjör.
- 2 tsk lágsalt sojasósa.
- 1 tsk hrísgrjónaedik.
- ½ tsk sesamolía.
- ½ - 1 tsk sriracha sósa (má sleppa).
- 1 Hvítlauksgeiri, saxaður varlega.
- ½ tsk rifinn engifer.
- 1 tsk sítrónusafi.
- ½ tsk agave nektar (eða hunang).

LEIÐBEININGAR:
a) Gerðu taílenska hnetusósu:
Blandið öllum hráefnunum saman í litla skál og blandið þar til vel blandað saman.
b) Til að gera salatið:
c) Blandið kínóa saman við grænmetið í blöndunarskál. Setjið dressinguna með og blandið vel saman til að blandast saman.
d) Úðið ristuðu hnetunum ofan á og berið fram!

86. Soba núðla, kúrbít og brúnt rækjusalat

Þjónar 4

HRÁEFNI:

- 200 g soba núðlur
- Jarðhnetuolía, til að drekka
- 200 g spíralsett „courgetti" (um 2 kúrbítar)
- 150 g soðnar brúnar rækjur
- 150 g kirsuberjatómatar, helmingaðir
- 25 g graslaukur, smátt saxaður
- 2 matskeiðar sesamfræ
- Fyrir tamari dressinguna
- ½ tsk Dijon sinnep
- 1½ msk hrísgrjónaedik
- 1 matskeið sesamolía
- 2 matskeiðar tamari sojasósa
- 1 matskeið mirin
- 50ml ólífuolía
- 2 cm stykki af ferskum rótengifer, afhýtt og rifið
- 1 hvítlauksgeiri, afhýddur og mulinn
- Klípa af sjávarsalti

leiðbeiningar:

a) Látið suðu koma upp í ketil af vatni og hellið því síðan í stóran pott. Látið suðuna koma aftur upp við miðlungsháan hita, bætið svo soba núðlunum út í og eldið í 4 mínútur. Tæmið og skolið undir köldu vatni til að kæla núðlurnar hratt. Tæmdu vandlega og dreyfðu svo smá jarðhnetuolíu yfir til að koma í veg fyrir að núðlurnar festist saman.

b) Setjið kældu núðlurnar í stóra skál og bætið kúrbítnum, rækjunum, tómötunum og graslauknum saman við.

Til að búa til dressinguna, setjið allt hráefnið í skál og þeytið saman.

c) Ristið sesamfræin á þurri pönnu í 2–3 mínútur, eða þar til þau eru gullin, hristið pönnuna reglulega.

Hellið dressingunni yfir salatið og blandið vel saman til að tryggja að allt hráefnið verði vel húðað. Dreifið ristuðu sesamfræjunum yfir áður en það er borið fram

87. <u>Grænkál Caesar salat með hvítlauksbrauði</u>

Þjónar 4

HRÁEFNI:
- 1 stór hvítlauksgeiri, afhýddur og mulinn
- 3 matskeiðar ólífuolía
- 2 matskeiðar flatblaða steinselja, smátt söxuð
- 150 g súrdeigsbrauð
- 1 matskeið jurtaolía
- 200 g reyktar beikonskál
- 100 g blandað grænkál (grænt og fjólublátt, ef það er til)
- 4 lítil gimsteinasalat
- 100 g kastaníusveppir, smátt skornir
- ½ rauðlaukur, afhýddur og fínt skorinn
- 8 ansjósur í ólífuolíu
- 40 g parmesanostur
- Sjávarsalt og nýmalaður svartur pipar
- Fyrir dressinguna
- 100 g gott franskt majónes
- 1 stór hvítlauksgeiri, afhýddur og mulinn
- 20 g parmesanostur, fínt rifinn
- 1 tsk Dijon sinnep Safi úr ½ sítrónu
- 8 ansjósur í ólífuolíu (má sleppa)
- 1-2 matskeiðar vatn

leiðbeiningar:
a) Hitið ofninn í 220°C/200°C blástur/Gas 7. Klæðið bökunarpappír á bökunarplötu.
b) Setjið hvítlauk, ólífuolíu og steinselju í skál, kryddið með salti og pipar og blandið vel saman.
c) Rífið súrdeigið í litla bita og setjið í skálina með hvítlauksolíu. Blandið þar til það er vel húðað og dreifið síðan brauðinu yfir tilbúna bakkann. Setjið í ofninn og eldið í 8–10 mínútur, eða þar til gullbrúnt.

d) Settu stóra steikarpönnu yfir meðalháan hita. Þegar það er heitt, bætið þá jurtaolíunni út í, síðan skálunum og eldið í 5–8 mínútur, eða þar til þær eru stökkar.

e) Gerðu dressinguna á meðan: setjið majónesi, hvítlauk, parmesan, sinnep og sítrónusafa í skál. Saxið ansjósurnar, bætið í skálina og hrærið saman. Bætið vatninu við til að losa dressinguna.

f) Rífið grænkálið í hæfilega stóra bita. Skerið niður salat og aðskilið blöðin. Skerið stærri blöðin í tvennt eftir endilöngu og haltu minni blöðunum heilum. Setjið öll blöðin í salatskál með sneiðum sveppum og rauðlauk.

g) Hellið dressingunni yfir salatið og blandið vel saman. Dreifið brauðteningunum og beikonsípunum yfir, skerið síðan afganginn af ansjósunum í tvennt eftir endilöngu og leggið þær ofan á (ef þær eru notaðar). Rakaðu parmesan yfir salatið með grænmetisskrjálsara áður en það er borið fram.

88. Hlý eggaldin, tómatar og burrata

Þjónar 4

HRÁEFNI:

- 3 eggaldin, snyrt og skorin 1 cm þykk
- 4 matskeiðar ólífuolía
- 850 g arfleifðar tómatar, skornir 1 cm á þykkt
- 80 g rakettublöð
- 3 burrata
- Sjó salt
- Fyrir dressinguna
- 60ml ólífuolía
- 1 banani skalottur, afhýddur og fínt skorinn
- 2 hvítlauksrif, afhýdd og fínt skorin
- 3 rósmaríngreinar, blöð tínd og smátt skorin
- 40ml rauðvínsedik
- ½ tsk chilli flögur (má sleppa)
- Nýmalaður svartur pipar

leiðbeiningar:

a) Settu pönnu yfir háan hita.

b) Penslið hverja eggaldinsneið með smá af ólífuolíu og stráið salti yfir. Leggið nokkrar af sneiðunum með olíuhliðinni niður á pönnu, penslið toppana með aðeins meiri olíu og stráið aðeins meira salti yfir. Eldið í 2–3 mínútur á hvorri hlið, eða þar til þær eru kolnar og mjúkar. Endurtaktu með sneiðunum sem eftir eru.

c) Hellið olíunni fyrir dressinguna í lítinn pott og setjið yfir meðalhita í 2–3 mínútur. Það er nógu heitt þegar biti af skalottlauka sem bætt er á pönnuna síast varlega. Slökkvið á hitanum, bætið svo öllum skalottlaukum, hvítlauk og rósmarín út í og blandið vel saman. Látið malla varlega í 2–3 mínútur, bætið síðan ediki og chiliflögum út í (ef þær eru notaðar) og kryddið með salti og pipar.

d) Leggið eggaldinsneiðarnar og tómatana í grunna skál eða á fat. Dreifið hverju lagi með smá af dressingunni og stráið síðan roketunni yfir. Skerið hverja burrata í tvennt og leggið ofan á. Dreypið afganginum af dressingunni yfir og berið fram.

89. Halloumi, aspas og grænbaunasalat

Þjónar 2

HRÁEFNI:
- 250 g fínar grænar baunir, snyrtar
- 100 g fínn aspas, niðurskorinn
- 250 g halloumi ostur
- ½ tsk chiliflögur
- 1 matskeið ólífuolía
- 200 g kirsuberjatómatar, helmingaðir
- 50 g steinhreinsaðar Kalamata ólífur
- Lítil handfylli af ertusotum
- Sjávarsalt og nýmalaður svartur pipar
- Fyrir dressinguna
- 2 basilíkukvistar, blöð tínd
- 2 myntugreinar, blöð tínd
- 1 matskeið rauðvínsedik
- 3 matskeiðar extra virgin ólífuolía

leiðbeiningar:

a) Látið suðu koma upp í ketil af vatni og hellið því síðan í pott. Kryddið með salti og setjið yfir háan hita. Þegar búið er að sjóða aftur, bætið baununum út í og eldið í 4 mínútur, bætið síðan við aspasnum og eldið í eina mínútu til viðbótar. Tæmdu og settu grænmetið í stóra skál af ísvatni til að stöðva eldunarferlið.

b) Til að gera dressinguna, setjið basilíkuna og myntulaufin í litla matvinnsluvél ásamt ediki og olíu. Kryddið með salti og pipar og blandið þar til slétt.

c) Skerið halloumi í tvennt lárétt þannig að þú hafir tvo ferhyrninga. Stráið hverri af chilli flögum yfir.

d) Settu steikarpönnu sem festist ekki við meðalháan hita. Þegar það er heitt, bætið við olíunni og hrærið henni varlega til að húðin verði jöfn. Setjið halloumi sneiðarnar á pönnuna með chillihliðinni niður og stráið aðeins meira chilli yfir. Eldið í 2–3 mínútur á hvorri hlið, eða þar til gullinbrúnt.

e) Á meðan skaltu tæma baunirnar og aspasinn og setja í skál með kirsuberjatómötunum og helmingnum af dressingunni. Blandið vel saman og skiptið á milli tveggja diska. Setjið halloumi ofan á.

f) Bætið ólífunum á pönnuna til að hitna í gegn og stráið þeim síðan utan um halloumi. Dreypið afganginum af dressingunni yfir og skreytið með nokkrum ertusotum áður en hún er borin fram.

90. Rauðrófusalat með þeyttum geitaosti

Þjónar 2

HRÁEFNI:
- 40 g heslihnetur
- 1 hrá nammi rauðrófa
- 4 soðnar rauðrófur
- ½ poki (60g) verslunarkeypt rauðrófusalatblanda
- Fyrir dressinguna
- 1 matskeið sherry edik
- 1 msk rauðrófusafi (valfrjálst)
- 1 tsk Dijon sinnep
- 3 matskeiðar extra virgin ólífuolía
- Sjávarsalt og nýmalaður svartur pipar
- Fyrir þeytta ostinn
- 100 g mjúkur geitaostur
- 50 g rjómaostur
- Börkur af ½ sítrónu
- 2 sítrónutímjangreinar, blöð tínd
- 1-2 tsk vatn

leiðbeiningar:

a) Forhitið ofninn í 200°C/180°C blástur/gas 4.

b) Dreifið heslihnetunum yfir litla bökunarplötu og setjið í ofninn í 5–8 mínútur, eða þar til þær verða dökkgulbrúnar.

Á meðan skaltu setja allt hráefnið í dressinguna í litla skál. Kryddið með salti og pipar og þeytið vel.

c) Notaðu mandólín eða beittan hníf, skerðu sælgætisrófuna mjög fínt og notaðu síðan hringlaga sætabrauðsskera (um 6,5 cm í þvermál) til að stimpla hring af hverri sneið. Setjið hringina í dressinguna til að súrsa létt.

d) Takið heslihneturnar úr ofninum og látið kólna.

Setjið þeytta ostinn í matvinnsluvél með smá salti og pipar. Hrærið þar til það er slétt, bætið við aðeins meira vatni til að losa ef þarf. Setjið í ísskáp þar til þarf.

e) Skerið soðnu rauðrófurnar í fjórða hluta og setjið þær í skál með salatblöndunni. Bætið helmingnum af dressingunni út í, kryddið og blandið vel saman, skiptið svo á milli tveggja diska. Lyftið sælgætisrófsneiðunum upp úr dressingunni og setjið á salatið. Setjið skeið af þeyttum geitaosti yfir og setjið restina af dressingunni yfir.

f) Notaðu sléttu hliðina á hnífnum þínum, myldu heslihneturnar á skurðbretti svo þær brotni létt í sundur. Stráið smá yfir hvern disk til að bera fram.

91. <u>Víetnamskt kjötbollusalat</u>

Þjónar 2

HRÁEFNI:
- 250 g svínahakk
- 2 tsk sítrónugrasmauk
- 1 msk fiskisósa
- 1 tsk hvítur sykur
- 1 hvítlauksgeiri, afhýddur og mulinn
- 2 vorlaukar, saxaðir og smátt saxaðir
- Klípa af möluðum hvítum pipar
- 1 matskeið jurtaolía
- Fyrir salatið
- 100 g hrísgrjónavermicelli núðlur
- 1 stór gulrót, afhýdd og söxuð
- ½ agúrka, söxuð
- 2 handfylli af baunaspírum
- 8 lítil gimsteinn salatblöð
- Fersk myntu- og kóríanderlauf
- 20 g saltaðar hnetur, grófsaxaðar
- Fyrir dressinguna
- 30ml fiskisósa
- 30ml hrísgrjónaedik
- 1 matskeið flórsykur
- Safi úr ½ lime
- 1 hvítlauksgeiri, afhýddur og smátt saxaður
- 30ml vatn
- ½ rautt chilli, fræhreinsað ef þú vilt mildara högg, smátt saxað

leiðbeiningar:

a) Setjið svínakjöt, sítrónugrasmauk, fiskisósu, hvíta sykur, pressaðan hvítlauk, vorlauk og hvítan pipar í skál og blandið vel saman með hreinum höndum. Skiptið í 12 jafnstóra bita, rúllið svo hverjum og einum í kúlu og fletjið aðeins út. Sett til hliðar.

b) Látið suðu koma upp í ketil af vatni. Setjið núðlurnar í stóra, hitaþolna skál og hellið nægu sjóðandi vatni yfir til að hylja þær. Leggið til hliðar í 10 mínútur.

c) Á meðan, undirbúið gulrót og gúrku.

d) Þegar núðlurnar eru orðnar mjúkar skaltu tæma þær og halda undir köldu rennandi vatni þar til þær eru kólnar. Tæmið aftur og setjið þá til hliðar þar til þörf er á.

e) Setjið stóra steikarpönnu yfir meðalháan hita og bætið jurtaolíunni út í. Þegar þær eru heitar, bætið þá kjötbollunum út í og steikið í 2–3 mínútur á hvorri hlið, eða þar til þær eru gullinbrúnar og gegnsteiktar.

Á meðan kjötbollurnar eru að eldast, setjið allt hráefnið í dressinguna í skál og blandið vel saman.

f) Skiptið núðlunum á milli tveggja skála og bætið við gulrótinni, gúrkunni, baunaspírunum, salatblöðunum og ferskum kryddjurtum. Toppið með soðnu kjötbollunum. Hellið smá af dressingunni yfir salatið og berið afganginn fram til hliðar. Dreifið hnetunum yfir áður en þær eru bornar fram.

92. Asískt andasalat

Þjónar 2

HRÁEFNI:

- 2 andabringur
- 1 tsk kínverskt fimm kryddduft
- 6 radísur, fínt skornar
- ⅓ gúrka, helminguð eftir endilöngu og skorin í horn
- 2 stórar handfyllingar af karsa
- 2 stórar handfyllingar af baunaspírum
- 2 stórar handfyllingar af blönduðum salatlaufum
- Lítil handfylli af kóríanderlaufum
- 1 tsk ristað sesamfræ
- 1 langt rautt chilli, fræhreinsað ef þú vilt mildara högg, fínt skorið á horn
- 2 vorlaukar, aðeins grænir hlutar, fínt skornir langsum
- Sjávarsalt og nýmalaður svartur pipar
- Fyrir dressinguna
- 1½ msk hoisin sósa
- 1 tsk afhýdd og rifið ferskt rótarengifer
- 1 matskeið sesamolía
- 1 matskeið hrísgrjónaedik
- Safi úr ½ lime

leiðbeiningar:

a) Forhitið ofninn í 200°C/180°C blástur/gas 6.

b) Notaðu mjög beittan hníf til að skera húðina á andabringurnar í
ská línur, fyrst í aðra áttina, síðan hina svo þú hafir tígulmynstur.
Nuddaðu kínverska fimmkryddinu út í og kryddaðu síðan báðar
hliðar með salti og pipar.

c) Setjið andabringurnar, með skinnhliðinni niður, í eldfasta
pönnu. Setjið pönnuna yfir meðalháan hita og eldið í 7 mínútur,
eða þar til fitan hefur losnað og hýðið er stökkt og gullið.

d) Á meðan skaltu setja radísurnar og gúrkuna í salatskál ásamt
karsunni, baunaspírunum, blönduðum salatlaufum og kóríander.
Gerðu dressinguna með því að þeyta öllu hráefninu saman.

e) Snúið andabringunum við og setjið pönnuna inn í ofn í 3–4
mínútur. Takið úr ofninum og látið standa í 2–3 mínútur.

f) Bætið helmingnum af dressingunni í salatskálina og blandið vel
saman. Skiptið salatinu á milli tveggja diska.

g) Skerið öndina í þykkar sneiðar og raðið ofan á salatið. Hellið
afganginum af dressingunni með skeið yfir og stráið sesamfræjum,
chilli og vorlauk yfir áður en hún er borin fram.

93. Pönnusteiktur lax með volgu kartöflusalati

Þjónar 4

HRÁEFNI:
- 700 g nýjar kartöflur eða salatkartöflur, eins og Charlotte eða Pink Fir Apple
- ½ tsk salt
- 1 lárviðarlauf
- 2 timjangreinar
- 5 svört piparkorn
- 1 matskeið ólífuolía
- 4 laxaflök, roð á
- 2 banani skalottlaukar
- 2 matskeiðar dill
- 150 g crème fraîche
- 2 matskeiðar nonpareils kapers
- Sjávarsalt og nýmalaður svartur pipar
- Sítrónubátar, til að bera fram

leiðbeiningar:
a) Látið suðu koma upp í ketil af vatni og hellið því síðan í pott. Bætið við kartöflum, salti, lárviðarlaufi, timjangreinum og piparkornum, setjið lok á pönnuna og látið suðuna koma upp. Þegar það hefur suðuð, takið lokið af, lækkið hitann og látið malla í 10–12 mínútur, eða þar til það er eldað í gegn.
b) Á meðan kartöflurnar eru að eldast, afhýðið og saxið skalottlaukana smátt og saxið dillið.
c) Þegar kartöflurnar eru soðnar, tæmdu þær og leggðu þær á skurðbretti til að kólna aðeins. Fargið lárviðarlaufinu, timjangreinunum og piparkornunum.
d) Setjið stóra pönnu yfir meðalháan hita og bætið ólífuolíunni út í. Kryddið laxaflökin með salti og þegar olían er orðin heit, bætið þeim á pönnuna með skinnhliðinni niður. Eldið í 3–4 mínútur áður

en því er snúið við og eldað í 1–2 mínútur í viðbót. Takið pönnuna af hellunni og setjið til hliðar.

e) Notaðu hreint viskustykki til að vernda höndina, skerðu heitu kartöflurnar í sneiðar og settu þær í skál ásamt skalottlaukum, dilli, crème fraîche og kapers. Hrærið til að blanda saman og kryddið ríkulega með salti og svörtum pipar.

f) Leggið laxaflökin á diska með sítrónubát við hliðina og bætið ríflegri skeið af volgu kartöflunum út í. Berið fram með grænu salati.

94. Reykt kjúklingabaunatúnfisksalat

Kjúklingabaunatúnfiskur:

- 15 aura af soðnum kjúklingabaunum niðursoðinn eða á annan hátt.
- 2-3 matskeiðar hrein jógúrt
- 2 tsk Dijon sinnep.
- ½ tsk malað kúmen.
- ½ tsk reykt paprika.
- 1 matskeið ferskur sítrónusafi.
- 1 sellerístilkur skorinn í teninga.
- 2 laukar saxaðir.
- Sjávarsalt eftir smekk.

Samlokusamsetning:

- 4 stykki af rúgbrauði eða spíruðu hveitibrauði.
- 1 bolli ungbarnaspínat.
- 1 avókadó skorið eða í teninga.
- Salt + pipar.

LEIÐBEININGAR:

a) Útbúið kjúklingabaunatúnfisksalatið

Í matvinnsluvél, púlsaðu kjúklingabaunirnar þar til þær líkjast grófri, mylsnu áferð. Hellið kjúklingabaununum með skeið í meðalstóra skál og setjið afganginn af virku innihaldsefnunum í, hrærið þar til þær eru vel blandaðar. Kryddið með miklu sjávarsalti eftir eigin smekk.

b) Búðu til samlokuna þína

c) Leggðu barnaspínatið á hverja brauðsneið; bæta við nokkrum hrúgum af kjúklingabaunatúnfisksalati, dreift jafnt yfir. Toppið með avókadósneiðum, nokkrum kornum af sjávarsalti og nýmöluðum pipar.

EFTIRLITIR

95. Cilantro innrennsli avókadó lime sorbet

Gerir 4

HRÁEFNI:

- 2 avókadó (hola og húð fjarlægð)
- ¼ bolli Erythritol, í duftformi
- 2 meðalstór lime, safinn og hrærður
- 1 bolli Kókosmjólk
- ¼ tsk Fljótandi Stevia
- ¼ – ½ bolli kóríander, saxað

LEIÐBEININGAR:

a)   Hitið kókosmjólk að suðu í potti. Bætið lime-safanum út í.

b)   Leyfið blöndunni að kólna og frystið síðan.

c)   Blandið saman avókadó, kóríander og limesafa í matvinnsluvél. Púlsaðu þar til blandan hefur þykka áferð.

d)   Hellið kókosmjólkurblöndunni og fljótandi stevíu yfir avókadóin. Blandið blöndunni saman þar til hún nær viðeigandi þéttleika. Það tekur um það bil 2-3 mínútur að vinna þetta verkefni.

e)   Settu aftur í frysti til að þiðna eða berið fram strax!

96. Kirsuberja og súkkulaði kleinur

Gerir 12

Þurrefni

- 3/4 bolli möndlumjöl
- ¼ bolli gyllt hörfræmjöl
- 1 tsk lyftiduft
- Klípa Salt
- 10 g stangir dökkt súkkulaði, skorið í bita

Blautt hráefni

- 2 stór egg
- 1 tsk vanilluþykkni
- 2 ½ matskeiðar Kókosolía
- 3 matskeiðar Kókosmjólk

LEIÐBEININGAR:

Blandið þurrefnunum saman í stóra blöndunarskál (nema dökka súkkulaðið).

Blandið blautu hráefnunum saman við og blandið svo dökku súkkulaðibitunum saman við.

a)   Stingdu kleinuhringjavélinni í samband og smyrðu hann ef þörf krefur.

b)   Hellið deiginu í kleinuhringjavélina, lokaðu og eldaðu í um 4-5 mínútur.

c)   Lækkið hitann í lágan og eldið í 2-3 mínútur í viðbót.

d)   Endurtakið það sem eftir er af deiginu og berið svo fram.

97.   Rustic Cottage Pie

Gerir 4 til 6 skammta

HRÁEFNI:

- Yukon Gold kartöflur, skrældar og skornar í teninga
- 2 matskeiðar smjörlíki
- ¼ bolli ósykrað sojamjólk
- Salt og nýmalaður svartur pipar
- 1 matskeið ólífuolía
- 1 meðalgulur laukur, smátt saxaður
- 1 meðalstór gulrót, smátt skorin
- 1 sellerí rif, smátt saxað
- 12 aura seitan, smátt saxað
- 1 bolli frosnar baunir
- 1 bolli frosnir maískorn
- 1 tsk þurrkað bragðmikið
- ½ tsk þurrkað timjan

LEIÐBEININGAR:

a)   Í potti með sjóðandi söltu vatni, eldið kartöflurnar þar til þær eru mjúkar, 15 til 20 mínútur.

b)   Tæmið vel og setjið aftur í pottinn. Bætið smjörlíki, sojamjólk og salti og pipar eftir smekk.

c)   Stappið gróft með kartöflustöppu og setjið til hliðar. Forhitið ofninn í 350°F.

d)   Hitið olíuna yfir miðlungshita í stórri pönnu. Bætið lauknum, gulrótinni og selleríinu út í.

e)   Lokið og eldið þar til það er mjúkt, um það bil 10 mínútur. Flyttu grænmetið yfir á 9 x 13 tommu bökunarpönnu. Hrærið seitan, sveppasósu, ertum, maís, bragðmiklu og timjan út í.

f)   Kryddið með salti og pipar eftir smekk og dreifið blöndunni jafnt í ofninn.

g)   Toppið með kartöflumúsinni, dreifið út á brúnir bökunarformsins. Bakið þar til kartöflurnar eru orðnar brúnar og fyllingin freyðandi, um 45 mínútur.

h)   Berið fram strax.

98. Súkkulaði amaretto fondue

Gerir 4 skammta

HRÁEFNI:
- 3 aura ósykrað bökunarsúkkulaði
- 1 bolli þungur rjómi
- 24 pakkar aspartam sætuefni
- 1 matskeið sykur
- 1 tsk amaretto
- 1 tsk vanilluþykkni
- Ber, ½ bolli í hverjum skammti

LEIÐBEININGAR:

a)   Brjótið súkkulaðið í litla bita og setjið í 2 bolla glasamál með rjómanum.

b)   Hitið í örbylgjuofni á hátt þar til súkkulaðið er bráðið, um 2 mínútur. Þeytið þar til blandan er glansandi.

c)   Bætið sætuefninu, sykri, amaretto og vanillu saman við og þeytið þar til blandan er slétt.

d)   Færið blönduna yfir í fondúpott eða framreiðsluskál. Berið fram með berjum til ídýfingar.

99. Flans með hindberjacoulis

Gerir 2 til 4 skammta

HRÁEFNI:
- 1 bolli mjólk
- 1 bolli hálf og hálf
- 2 stór egg
- 2 stórar eggjarauður
- 6 pakkar aspartam sætuefni
- ¼ teskeið kosher salt
- 1 tsk vanilluþykkni
- 1 bolli fersk hindber

LEIÐBEININGAR:

a)   Settu steikarpönnu fyllta með 1 tommu af vatni á grind í neðri þriðjungi ofnsins.

b)   Smjör sex ½ tommu ramekins. Hitið mjólkina og hálfa og hálfa í örbylgjuofni á háu (100 prósent krafti) í 2 mínútur eða á helluborðinu í meðalstórum potti þar til það er orðið heitt.

c)   Á meðan, þeytið eggin og eggjarauðurnar í meðalstórri skál þar til froðukennt.

d)   Þeytið heitu mjólkurblöndunni smám saman út í eggin. Hrærið sætuefninu, salti og vanillu saman við. Hellið blöndunni í tilbúnar ramekin.

e)   Setjið í vatnsfyllta pottana og bakið þar til kremið er stíft, um 30 mínútur.

f)   Fjarlægðu leirtauið úr steikarpönnunni og kældu niður í stofuhita á vírgrindi, kældu síðan í kæli þar til það er kalt, um það bil 2 klukkustundir.

g)   Til að búa til coulis, maukaðu einfaldlega hindberin í matvinnsluvélinni. Bætið sætuefni við eftir smekk.

h)   Til að bera fram skaltu hlaupa skeið um brún hverrar krems og snúa henni út á eftirréttardisk.

i)   Dreypið coulis yfir toppinn á vanlíðan og endið með nokkrum ferskum hindberjum og myntukvisti, ef þú notar.

100. Ávaxtakúlur í bourbon

Gerir 2 skammta

HRÁEFNI:
- ½ bolli melónukúlur
- ½ bolli helminguð jarðarber
- 1 matskeið bourbon
- 1 matskeið sykur
- ½ pakki aspartam sætuefni
- Kvistir af ferskri myntu til skrauts

LEIÐBEININGAR:

a)   Blandið melónukúlunum og jarðarberjunum saman í glerskál.

b)   Hrærið saman við bourbon, sykur og aspartam.

c)   Lokið og kælið þar til framreiðslutími. Skellið ávöxtunum í eftirréttarétti og skreytið með myntulaufum.

NIÐURSTAÐA

Til hamingju, þú hefur komist á endanum á Matreiðslubókinni The Allt annaðar maðrabókin! Við vonum að þessi bók hafi verið þér dýrmæt auðlind, hún veitir hagnýtar lausnir til að fæða fjölskyldu þína hollar og ljúffengar máltíðir, jafnvel á annasömustu dögum.

Sem upptekin móðir getur það verið krefjandi að koma jafnvægi á margar skyldur þínar á sama tíma og sjá um næringarþarfir fjölskyldu þinnar. Þessi matreiðslubók var hönnuð með þig í huga, með uppskriftum sem auðvelt er að fylgja eftir, fljótlegt að útbúa og pakkað af nauðsynlegum næringarefnum.

Mundu að eldamennska þarf ekki að vera verk. Það getur verið skemmtileg og skapandi útrás og leið til að sýna ást þína á fjölskyldu þinni með dýrindis og nærandi máltíðum. Við hvetjum þig til að gera tilraunir með mismunandi hráefni og bragðsamsetningar og fá börnin þín með í matreiðsluferlið þegar mögulegt er.

Umfram allt vonum við að þessi matreiðslubók hafi hjálpað þér að einfalda líf þitt og gleðja matartímana. Við teljum að hollur og ljúffengur matur eigi að vera aðgengilegur öllum og erum stolt af því að hafa deilt þessu uppskriftasafni með þér.

Þakka þér fyrir að velja The Allt annaðar maðrabókin, og gleðilega matreiðslu!

Ingram Content Group UK Ltd.
Milton Keynes UK
UKHW020042210623
423741UK00006B/51